જીવનના પ્રેરક

વિચારોની એક એવી પુસ્તક, જેમાં તમારૂં આખુ
જીવન અને જીવનનો સંકલ્પ સમાયો છે.

લેખક
સૂર્યા સિન્હા
માનવ પ્રશિક્ષક અને પ્રેરક

ગુજરાત પુસ્તકાલય સ. સ. મંડળ લિ.
૧૧, ઈલોરા કોમર્શીયલ સેન્ટર, પહેલો માળ, રીલીફ સીનેમા પાછળ.
[redacted] રોડ, અમદાવાદ–૩૮૦ ૦૦૧
[redacted] : ૨૫૫૦ ૬૯૭૩

ડાયમંડ બુક્સ

ISBN : 987-81-228-3653-4

પ્રકાશક : ડાયમંડ પૉકેટ બુક્સ પ્રા. લિ.
X-30, ઓખલા ઈંડસ્ટ્રિયલ એરિયા, ફેઝ-*II*,
નવી દિલ્હી-*110020*
ફોન : *011-41611861*, *40712100*
ફેક્સ : *011-41611866*
ઈ-મેઈલ : *sales@dpb.in*
વેબસાઈટ : *www.dpb.in*
સંસ્કરણ : 2015
મુદ્રક : આદર્શ પ્રિન્ટર્સ, શાહદરા, દિલ્હી - ૩૨

JEEVAN NA PRERAK

By Sruya Sinha

સમર્પણ

આ પુસ્તક સમર્પિત છે
માતા વૈષ્ણો દેવીના
શ્રી ચરણોમાં
જેમની મારા પર અપાર
કૃપા છે

સપ્રેમ ભેટ

પ્રિય,

શ્રી/શ્રીમતી/કુમારી ______________________________

____

____

સસ્નેહ

- - - - - - - - - - - -

- - - - - - - - - - - -

'જીવનના પ્રેરક' પુસ્તક આપણાં જીવન માટે એક અણમોલ મોતીઓની માળા છે, જે આપણાં જીવનને એક નવો વિસ્તાર આપશે. તમે પણ તમારા મિત્રો, શુભચિંતકો, સગા-સંબંધીઓને આ અણમોલ વિચારોની માળા 'જીવનના પ્રેરક'ને ભેટ આપો.

સમાજ કલ્યાણના
હિતમાં તથા વ્યક્તિત્વ વિકાસ
હેતુ આ પુસ્તક તમે કોઈને પણ ભેટ
આપી શકો છો. ભેટ આપવા માટે જે
સજ્જનોને આ પુસ્તકની જરૂર હોય,
તેઓ આને ઓછી કિંમત
પર 'વિનર્જ ટ્રેક'ની ગિફ્ટ યોજના
અંતર્ગત પ્રકાશકથી સીધો
સંપર્ક કરીને મંગાવી શકો છો.

કંઈક આ રીતે થઈ
આ પુસ્તકની રચના

હું મારા પ્રિય વાચકોને **'જીવનના પ્રેરક'**ની નવી રચના ભેટ કરતા ખૂબ જ આનંદ વ્યક્ત કરું છું. એક એવી ખુશી જેને હું કદાચ શબ્દોમાં વ્યક્ત નહીં કરી શકું ઈ.સ.૨૦૦૬માં જીવનના પ્રેરકની પ્રથમ રચના પ્રકાશિત કરી. આખા દેશમાં આની નકલ હાથોહાથ વેચાઈ ગઈ. તરત જ ઈ.સ.૨૦૦૬માં જ મારે પુસ્તકની બીજી રચના છપાવવી પડી. બીજી રચનાના પુસ્તકનું પણ બજારમાં સારી રીતે વેચાણ થયું.

મારા બુધ્ધિશાળી વાચકોને **'જીવનના પ્રેરક'** પસંદ આવી, પણ એમને મારાથી એક ફરિયાદ પણ રહી. હજારો વાચકોએ મને પત્ર લખ્યા અને ફોન કર્યા કે મહાપુરૂષોની અમૃતવાણી અને એમના સારા પ્રસંગોના સાહિત્ય બજારમાં વધારે પ્રમાણમાં પડ્યા છે. માનનીય પાઠકોએ લખ્યું અમને અન્ય મહાપુરુષોના વિચારોમાં નહીં, પરંતુ સૂર્યા સિન્હાના વિચારોમાં રૂચિ છે અને અમે એમના જ વિચારો વાંચવા ઈચ્છીએ છીએ. આથી પુસ્તકની ત્રીજી રચનામાં આપ ફક્ત તમારા વિચારો વ્યક્ત કરો.

કોઈ પણ લેખકનો આધાર સ્તંભ એમના વાંચકો જ હોય છે. વાંચકોએ જે પ્રેમ અને પોતપણાંથી મારાથી જે અનુરોધ કર્યો એને ધ્યાનમાં ન લેવું એ મારા વશની વાત નથી. **'જીવનના પ્રેરક'**ની આ ત્રીજી રચના છે જે બે ભાગોમાં પ્રકાશિત કરાઈ છે અને આજે તમારા હાથોમાં છે એમાં ફક્ત મારા એટલે કે **સૂર્યા સિન્હા**ના વિચારો છે.

મેં આ પુસ્તકમાં જીવનના કેટલાક એવા મોતિઓને પરોવવાનો પ્રયત્ન કર્યો છે, જે આપણને આપણા જીવનમાં ઉંચાઈ સુધી પહોંચવામાં મદદ કરે છે. જેને આપણે અપનાવીને આગળ વધી શકીએ છીએ. આપણા ધ્યેયને પ્રાપ્ત કરી શકીએ છીએ અને સુખી તેમજ સંપન્ન જીવન જીવી શકીએ છીએ.

કોઈ પણ સારા ઉચ્ચ અને અમૂલ્ય વિચારોને આપણા જીવનમાં ઉતારવા માટે

એક એવા મનની જરૂર છે. જેમાં આપણે જીવનનો સાચા રસ્તા પર ચલાવવાની અને સફળ બનાવવાની ઈચ્છા હોય અને નવા વિચારોનું સ્વાગત કરવાની ઈચ્છા હોય.

બાળકો પોતાના જીવનનો પહેલો પાઠ પોતાના પરિવારથી જ શીખે છે. દરેક મનુષ્ય માટે પોતાનો પરિવાર જ પહેલી શાળા પહેલી કૉલેજ, પહેલી ઑફિસ અને પહેલું રમતનું મેદાન હોય છે. કોઈએ સાચુ કહ્યું છે કે **'ઘરના એક મોટા માણસ સો શિક્ષકોની બરાબર હોય છે.'**

બાળકોના ચારિત્ર્ય નિર્માણ માટે એ અતિ જરૂરી છે કે પહેલા આપણે સારા ગુણોને અપનાવીએ પછી આપણા બાળકોને પણ સારા-ખરાબ અને સાચા-ખોટાની ઓળખ કરાવીએ. કહેવાય છે કે પ્રમાણિકતા, સૂઝબૂઝ, પરિશ્રમ, અનુશાસન, જવાબદારી, વિશ્વાસ, નિષ્ઠા, આસ્થા, દયા અને પ્રેમ આ બધા ગુણોથી વ્યક્તિ પોતાના શ્રેષ્ઠ ચારિત્ર્યનું નિર્માણ કરે છે અને આ જ ગુણો દરેક વ્યક્તિ માટે અતિ આવશ્યક છે.

હવે હું અહિંયા એ પણ કહેવા માંગુ છું કે પ્રકાશિત પુસ્તક **'જીવનના પ્રેરક'** એક પુસ્તક માત્ર નથી. આ મારા અનુભવો સારી અનુભૂતિયો અને મારા વિચારોનો અનુપમ સંગ્રહ છે. આ એ પુસ્તકોમાંથી એક છે, જેને તમે તમારા ઘર,ઓફિસ તથા પોત-પોતાના રૂમમાં પણ રાખી શકો છો, જેથી ત્યાં આવવાળા દરેક વ્યક્તિ આ પુસ્તકને વાંચીને કાંઈક સારા સંસ્કાર લઈ શકે. આ પુસ્તકને વાંચવાવાળા દરેક વ્યક્તિ મનમાં હજારો મૂલ્યવાન વિચારો ઉદ્ભવશે, જે એમાં સફળતાની રાહ દેખાડશે આનાથી દરેક વ્યક્તિને પ્રામાણિકતા, સચ્ચાઈ, જવાબદારી, કર્તવ્ય, પરિશ્રમ, વિશ્વાસ અને ઘણા એવા પાઠ શીખવા મળશે. મને વિશ્વાસ છે કે તમે આ પુસ્તક પોતે તો વાંચશો જ અને સાથે સાથે આમાં લખેલા વિચારોને પોતાના પરિવારના સભ્યો, દોસ્તો, પાડોશીઓ તથા ઓફિસમાં કામ કરવાવાળા પોતાના સહકર્મચારીઓને પણ સંભળાવવા અને બતાવવાનો પ્રયત્ન કરશો. આનાથી તમને આત્મસંતોષ તો મળશે જ તથા સાથે સાથે આ તમારા જીવનને સફળ બનાવવામાં પણ મદદરૂપ સિધ્ધ થશે.

કોઈએ સાચુ કહ્યું છે:

'જે પણ સાચુ છે, માનનીય છે, સારું છે, શુધ્ધ છે ગમે તેવું પ્રિય છે. પ્રતિષ્ઠિત છે, શ્રેષ્ઠ છે પ્રશંસાને લાયક છે, એને અપનાવી લેવું જોઈએ.'

- સૂર્યા સિન્હા

અનુક્રમણિકા

ભૂતકાળ, વર્તમાન, ભવિષ્ય

શું તમને ખબર છે કે તમારા માટે ખૂબ જ કઠિન કાર્ય કયું છે? જો ના, તો જાણી લો કે તમારા માટે ખૂબ જ કઠિન કાર્ય એ છે કે જેને તમે કાલે નહોતા કરી શક્યાં.

-★-

પરંતુ તમારે કાલ માટે તૈયારી કરવી છે. તો તમે આજનો બધી બાજુથી સદ્દુપયોગ કરો. કારણ કે આજથી જ સુવર્ણ કાલનું નિર્માણ થાય છે.

-★-

વીતેલા સમયને જોઈને જીવનને આપણે સમજી શકીએ છીએ પરંતુ આવવાવાળા સમય પર ધ્યાન રાખીને આપણે જીવનને જીવી શકીએ છીએ.

-★-

તમે તમારા વર્તમાનની ચિંતા કરો, ભવિષ્ય પોતાની ચિંતા જાતે કરી લેશે.

-★-

જેણે પણ ઈતિહાસ (સમાજ)નું નિર્માણ કર્યુ, તેની પાસે ક્યારેય પણ એટલો સમય ન હતો કે તે ઈતિહાસ (સમાજ) લખે. એટલા માટે જ કહેવાય છે કે ઈતિહાસ (સમાજ)નું નિર્માણ કોઈ કરે છે

અને લખે કોઈ છે.

-★-

ક્યારેય પણ વીતેલો સમય અને આવવાવાળા સમયની ચિંતા ન કરો, કારણ કે વીતેલા સમયથી કશું જ મળતું નથી અને ભવિષ્યની આપણને ખબર નથી હોતી, એટલે જ ફક્ત વર્તમાનની જ ચિંતા કરો.

-★-

શું તમને ખબર છે કે અત્યાર સુધી તમારો વીતેલો સમય તમારા આજની બરાબરી (સરખામણી) ક્યારેય નથી કરી શકતો.

-★-

તમારા ભૂતકાળની ભૂલો અને આવવાવાી કાલથી ડરીને તમારે આજના દિવસને બરબાદ (ખરાબ) કરવો ના જોઈએ.

-★-

તમારા ભવિષ્યને સુધારવા માટે તમારે તમારા ભૂતકાળ (વીતેલો સમય)થી શિક્ષા લેવી જોઈએ કારણ કે વીતેલો સમય જ તમારો શ્રેષ્ઠ શિક્ષક છે.

-★-

આ દુનિયામાં ત્રણ પ્રકારના લોકો રહે છે. પહેલા તો એ ઈતિહાસ (સમાજ) વાંચે છે બીજા તો એ જે ઈતિહાસ લખે છે એટલા માટે એમના નામ પુસ્તકના પહેલા પાના પર લખેલા હોય છે અને ત્રીજાએ લોકો એ ઈતિહાસનું નિર્માણ કરે છે. એટલા માટે જ આખી પુસ્તક ફક્ત એમના પર જ લખેલી હોય છે.

-★-

વધારે પડતો વરસાદ અને સૂકો દુકાળ, એ બધાની ચિંતા કર્યા

વગર ખેડૂત હંમેશા એ જ વિચારે છે કે એ આગળના વર્ષે ચોક્કસ અમીર બની જશે. ખેડૂતની જેમ તમે પણ તમારા વિચારો સકારાત્મક બનાવી રાખો.

-★-

ભવિષ્યની જાણકારી હોય એનાથી સારૂં એ છે કે આપણે તેની જાણકારી ના રાખીએ, નહીં તો એક પળ પણ આપણે સુખમાં રહી ના શકીએ. ભવિષ્યની ચિંતા ઉધઈની જેમ છે, જે અંદર જ અંદર મનુષ્યને ખાઈને ખોખલો કરી દે છે.

-★-

દરેક વ્યક્તિનું જીવન વર્તમાનમાં સ્થાયી રહે છે. કારણ કે ભૂતકાળ (વીતેલા સમય)માં કામ થઈ ગયું અને ભવિષ્ય અનિશ્ચિત હોય છે.

-★-

દરેક સમજદાર વ્યક્તિની સાથે વીતેલો સમય હોય છે, જેનાથી બોધપાઠ લઈને તે હંમેશા આગળ વધે છે અને દરેક મૂર્ખ વ્યક્તિની સાથે ભવિષ્ય રહે છે. જેથી ચિંતામાં તે હંમેશા મળેલું જ રહે છે.

-★-

જ્યારે તમે તમારા વીતેલા સમય અને ભવિષ્યના વિષયમાં કોઈ દુઃખ અને ડર વગર વિચારો છો, તો સમજી લેજો કે તમે સફળતાના રસ્તા પર જઈ રહ્યાં છો.

-★-

તમે તમારા વર્તમાનને એ રીતે જીવો કે તે તમારા ભવિષ્યની ખુશીને બરબાદ ના કરે. તમારી આજ એ જ કાલનો પડછાયો છે.

-★-

આપણે હંમેશા આપણા વર્તમાનને સફળ બનાવવા માટે આપણા કામમાં જોડાયેલા રહેવું જોઈએ. વર્તમાન સારૂ હોય તો આગળનું ભવિષ્ય નિશ્ચિતપણે સારૂ હોય છે.

-★-

ઈતિહાસના પાનાઓમાં સફળ લોકોની જીવનની વાર્તાઓ ભરી પડી છે. તમે પણ કંઈક એવું કરી જાઓ કે ઈતિહાસ તમારી સફળતાનો સાક્ષી બની જાય.

-★-

જિંદગી જીવવા માટે ભવિષ્ય તરફ ચિંતા હોવી જોઈએ, પરંતુ એને સમજવા માટે વીતેલા સમયના પાનાઓ પણ ફેરવવા જરૂરી છે.

-★-

તમે કાલે શું બનશો એ અત્યારના સમયથી જ નક્કી થાય છે. કારણ કે આજે તમે શું કરી રહ્યાં છો, તે જ તમારા સારા અને ખરાબ ભવિષ્યનું નિર્માણ કરે છે.

-★-

સ્વસ્થ દિમાગથી સ્વસ્થ શરીરનું નિર્માણ થાય છે, આથી જ આજના વિચારોને ગ્રહણ કરો અને કાલના વિચારોને ધોઈને જવા દો. હવે જ્યાં સુધી આવવાવાળા ભવિષ્યનો સવાલ છે, એની માટે બહુ સમય છે. જ્યારે આવશે ત્યારે [illegible]ં જવાશે.

-★-

કોઈ પણ વ્યક્તિ અનેક અને મોટી ભૂલ
કર્યા વગર મહાન નથી બની શકતો

અનુભવ, બોધપાઠ

આપણે આપણી ભૂલોથી બોધપાઠ શીખવો જોઈએ. કારણ કે કેટલીક વાર એક નાની ભૂલ પણ મોટા સુધારા માટે સુખદ કારણ બની જાય છે.

-★-

પોતાના અનુભવથી ફાયદો ઉઠાવવાવાળા મનુષ્ય ચતુર કહેવાય છે, પરંતુ એક સફળ વ્યક્તિ બીજાના અનુભવોથી લાભ લે છે.

-★-

અનુભવ લેવા માટે આપણે એનાથી બહુ વધારે કિંમત ચૂકાવવી પડે તેવું બની શકે, પરંતુ એનાથી આપણને જે શિક્ષા મળે છે, તે બીજી કોઈ વસ્તુથી આપણને ક્યારેય નથી મળી શકતી.

-★-

જો કોઈ વ્યક્તિ મને પહેલી વાર દગો આપે છે, તો એને શરમ આવવી જોઈએ. પરંતુ જો એ જ વ્યક્તિ મને બીજી વાર દગો આપે છે, તો મને શરમ આવવી જોઈએ. શરમ આ વાતની કે એકવાર દગો મળ્યા પછી પણ મને બોધપાઠ

મળ્યો નહીં અને બીજીવાર દગો મળી ગયો.

-★-

જો તમે બીજી વ્યક્તિઓના અનુભવોને જાણી લો છો તો તે તમારા માટે એક નવો અનુભવ છે.

-★-

જે તમે ઈચ્છો છો તે તમે પ્રાપ્ત ન કરી શકો અને બીજું કઈ મેળવી લો છો તો તે પણ તમારો અનુભવ જ કહેવાય છે.

-★-

આપણો આવવાવાળો દરેક દિવસ આપણાં વિતેલા વર્ષ કરતા હંમેશા મોટો દેખાય છે.

-★-

બીજાના અનુભવથી શીખી અને જેટલો બની શકે તેટલો ફાયદો મેળવવો જોઈએ. આ જ રીતે આપણે બુધ્ધિશાળી લોકોની ગણતરીમાં આવી જઈએ.

-★-

સૂક્તિઓ ભલે નાની હોય, પરંતુ એના નિર્માણના આધારથી મોટા-મોટા અનુભવ થાય છે.

-★-

અભિમાન

બીજાનો પ્રકાશ ઓલવીને જો તમે તમારો પ્રકાશ ફેલાવશો તો આ પ્રકાશ તમારા અભિમાનનું પ્રતીક છે.

-★-

પોતાના સ્થાનનું અભિમાન દેખાડવાવાળો ક્યારેય પણ મોટો થઈ શકતો નથી પરંતુ અહંકાર બતાવીને વ્યક્તિ સ્વયં પોતાને જ નાનો સાબિત કરે છે.

-★-

જો તમે પોતાને વધારે રૂઆબદાર અને બહાદુર સમજતા હોવ તો બીજાના કૂતરાને આદેશ આપી જોવો. ત્યારે તમને ખબર પડશે કે તમે કેટલા બહાદુર છો.

-★-

ગુનાની પણ એક ભાષા હોય છે, જે વગર કંઈ કહ્યે જ પોતાનો ગુનો જણાવી દે છે.

-★-

જે હંમેશા પોતાના સ્વાર્થની વાતો જ વિચારે છે, તેનો અંત તરત જ આવી જાય છે.

-★-

શરીર, પૈસા અને નસીબ પર ક્યારેય અભિમાન ન કરવું જોઈએ. શરીર એ ચિતાનું ઈંધણ છે. પૈસો એ દેવી લક્ષ્મી ચંચળ છે, નસીબને ફક્ત તેનો નિર્માણ કરનાર જ જાણે છે.

-★-

આત્મવિશ્વાસ

જો તમારો વિશ્વાસ અડગ હોય અને ઈરાદો પાક્કો હોય તો સંસારમાં એવી કોઈ વસ્તુ નથી. જેને તમે પ્રાપ્ત ન કરી શકો. તમે બધું જ મેળવી શકો છો, તમે બધું જ કરી શકો છો.

-★-

આત્મવિશ્વાસનો અભાવ જ અંધશ્રધ્ધાને જન્મ આપે છે. આત્મવિશ્વાસને મજબૂત કરો. અંધશ્રધ્ધાનું અંધારૂ આપો આપ જ ખલાસ થઈ જશે.

-★-

આપણા આત્મસન્માનથી આપણો આત્મવિશ્વાસ વધે છે, એટલે જ પોતાની જાણવા અને પોતાની અંદર છુપાયેલી શક્તિઓને જાણીશું તો આપણે પોતાનું સન્માન કરીને પોતાનો આત્મવિશ્વાસ વધારી શકીશું.

-★-

આત્મવિશ્વાસ રાખો કે આપણે જરૂર સફળ થઈશું.

-★-

આત્મવિશ્વાસની અછત એ અસફળતાનું મૂળ છે જે તમારા દિલ-દિમાગમાં ડર અને શંકા પેદા કરીને તમને અશક્ત બનાવી

આત્મવિશ્વાસી વ્યક્તિ સમુદ્રમાં જહાજ નષ્ટ થઈ જવા પર પણ તરીને એ પાર કરી લે છે.

દે છે. એટલા માટે તમે તમારા આત્મવિશ્વાસને જગાવો અને સકારાત્મક વિચાર રાખો કે તમારી જીત નિશ્ચિત છે અને એ નિશ્ચિત કરે છે કે તમે સફળતાના રસ્તા પર જઈ રહ્યાં છો.

-★-

આત્મવિશ્વાસી વ્યક્તિને હજારો અસફળતાઓ મળે તેમ છતાં પણ તે સફળ થાય છે.

-★-

સ્વામી વિવેકાંનદના કહેવા અનુસાર પુરાતન ધર્મ કહે છે કે જે ઈશ્વરમાં વિશ્વાસ ના રાખે તે નાસ્તિક છે અને એમનો ધર્મ કહે છે કે નાસ્તિક એ છે, જે પોતાના પર વિશ્વાસ ન રાખે.

-★-

જે વ્યક્તિ આત્મવિશ્વાસી અને આત્મનિર્ભર હોય છે તે પ્રતિકૂળ પરિસ્થિતિઓમાં પણ પોતાની હિંમત નથી ગુમાવતો અને પોતાના સિધ્ધાંતો પર રહીને પોતાના લક્ષ્યની તરફ સૂઝબૂઝની સાથે વધતો રહે છે.

-★-

આશા-નિરાશા

જો તમારી ચારે બાજુ નિરાશા ફેલાઈ ગઈ હોય તો તમે કોઈ પણ કામ કરી શકતા નથી. કારણ કે નિરાશાના અંધારામાં પ્રકાશનું એક કિરણ પણ નથી પહોંચતું.

-★-

આપણે ક્યારેય પણ નિરાશ ન થવું જોઈએ. જો કોઈ મોટા કારણથી નિરાશ થઈ પણ જઈએ તો તરત જ પોતાની ખામીઓને દૂર કરીને આગળ વધતા જવું જોઈએ.

-★-

ભૂલથી પણ પોતાની જાતને નીચા અને નાના સમજવું ન જોઈએ. પોતાના વિચારો અને ગતિવિધિઓને એટલા ઉંચા રાખો કે આપ પોતાની નજરોમાં સમ્માનિય અનુભવ કરી શકો.

-★-

પોતાની આશાઓ અને પોતાના લક્ષ્યને હંમેશા પોતાની સામે રાખો. આશા અને લક્ષ્ય જો પોતાની સામે રહેશે તો તમને ક્યારેય નિરાશા નહીં મળે.

-★-

જે લોકો નિરાશાવાદી હોય છે તે લોકોને દરેક પ્રસંગમાં મુશ્કેલી દેખાય છે અને જે લોકો આશાવાદી હોય તેમને દરેક મુશ્કેલીમાં

પણ પ્રસંગ દેખાય છે.

-★-

જેને કોઈ વાતની જાણકારી જ નથી. તે કોઈ તરફ શંકા કે સંદેહ કેવી રીતે કરી શકે છે.

-★-

જે વ્યક્તિ નિરાશાજનક પરિસ્થિતિઓમાં પણ આશા નથી છોડતો તેને જીવનમાં દરેક સફળતા પ્રાપ્ત થાય છે. નિરાશાના ગોળાકારમાંથી નીકળીને જુઓ, સફળતા તમારી રાહ જોતી મળશે.

-★-

જો તમે મહત્વાકાંક્ષી થશો ત્યારે જ તમારામાં ઈચ્છાની તાકાતનો વિકાસ થશે.

-★-

નિરાશ અને હતાશ થઈને બેસી જવાથી તથા આત્મઘાતી પગલું ઉઠાવવા કરતાં સારું એ છે કે તમે સમાજ સેવાના કામોમાં લાગી જાવો અને પોતાના જીવનને સાર્થક બનાવો.

-★-

આશાવાદી બનશો તો તમારી બધી નિરાશાઓ આપોઆપ સમાપ્ત થઈ જશે.

-★-

પ્રામાણિકતા

જો તમને પ્રામાણિક વ્યક્તિના રૂપમાં લોકો ઓળખે છે. તો નિશ્ચિત રીતે સમજી જાઓ કે તમે એક મહત્વપૂર્ણ વ્યક્તિ બની ગયા છો.

-★-

જે વ્યક્તિ નાના-નાના કામો પ્રામાણિકતાથી કરે છે, એ જ વ્યક્તિ મોટા-મોટા કામો પણ પ્રામાણિકતાથી કરી શકે છે.

-★-

એ વ્યક્તિનો આત્મા ક્યારેય પણ શાંત નથી થઈ શકતો, જે વ્યક્તિ પૈસાની લાલચમાં પોતાનો ધર્મ અને પ્રામાણિકતા વેચી દે છે.

-★-

કોઈ પણ વ્યક્તિની પ્રામાણિકતાનો માપદંડ આપણે તેની આવકના આધાર પર કહી ના શકીએ કારણ કે પ્રમાણિકતા તો એમના વ્યક્તિત્વ અને એની માનસિકતામાં રહેલી હોય છે, કાગળોમાં નહીં.

-★-

એ તુચ્છ વ્યક્તિનું ચિત્ત ક્યારેય શાંત
નથી થઈ શકતું, જેણ પૈસા ખાતર
પોતાનું ઈમાન વેચી દીધું હોય

મારા વિચારથી સુકરાતનું કહેવું એકદમ બરાબર છે કે જેનુ ઈમાન નથી તે મનુષ્ય નથી. ઈમાન ન વેચવું, પછી ભલે બાકી બધું વેચી દો.

-★-

આપણી પ્રામાણિકતા એ વાતથી નક્કી નથી થતી કે આપણે શું બોલીએ છીએ. આપણી પ્રામાણિકતા તો એ વાતથી નક્કી થાય છે, જે આપણે કરીએ છીએ.

-★-

ઉપદેશ

ઉપદેશ એને કહેવાય છે. જેનાથી જીવનને સાચી રીતે જીવવા, સમાજમાં સભ્યતાથી રહેવા અને સારૂ આચરણ કરવા માટે આપણને જ્ઞાનનો સંદેશ મળે છે.

-★-

તમે કોઈ પણ વિષય પર ઉપદેશ તો સરળતાથી આપી શકો છો, પરંતુ કોઈને તેની સમસ્યામાંથી ઉગારવા માટે સાચો રસ્તો બતાવવા માટે મુશ્કેલી અનુભવી શકો છો. આમ જોવા જઈએ તો ઉપદેશ આપવો અલગ વાત છે અને કોઈની સમસ્યાનું નિવારણ કરવું અલગ વાત છે.

-★-

ઉપદેશ જો અસફળ લોકોથી પ્રાપ્ત થાય તો એને પણ ગ્રહણ કરી લેવો જોઈએ કારણ, એ જરૂરી નથી કે ઉપદેશ આપવાવાળા લોકો ખુદ એનું આચરણ કરતા હોય.

-★-

વાર્તાઓ

હંમેશા મેં એ જ જાણ્યું છે કે જ્યારે પણ આપણી સામે કોઈ મોટી મુશ્કેલી આવી જાય છે તો આપણે કોઈ બીજા વ્યક્તિને જ દોષ આપવાનું શરૂ કરીએ છીએ અને સરળ અને સુરક્ષિત રસ્તો શોધીને પોતે જ બચીને નીકળવા ઈચ્છીએ છીએ.

-★-

જ્યારે પણ મેં મારા વીતેલા સમયમાં જઈને જોયું છે. તો ખબર પડે છે કે મારા વીતેલા સમયમાં ગણી ન શકાય તેટલી મુશ્કેલીઓ અને હેરાનગતિ હતી પરંતુ એ મુશ્કેલીઓ અને હેરાનગતિનું મુખ્ય કારણ હું પોતે જ હતો. એટલા માટે ના તો મેં પહેલા ભૂલો સુધારી હતી, ના તો હું પોતાની મહેનત તરફ સમર્પિત હતો.

-★-

દુનિયામાં દરેક સફળ વ્યક્તિની સામે મુશ્કેલીઓ આવેલી છે, આવે છે અને આવતી રહેશે. મુશ્કેલીઓનો સામનો કર્યા વગર કોઈ પણ વ્યક્તિ સફળતા પ્રાપ્ત નથી કરી શકતો. મુશ્કેલીઓ સામે લડવા માટેનો ઈરાદો જ આપણી સફળતાના દ્વાર ખોલી શકે છે. આને બીજા શબ્દોમાં એ પણ કહી શકાય છે કે મુશ્કેલીઓ પાર કર્યા પછી જ સફળતાનો રસ્તો મળે છે.

-★-

મુશ્કેલીઓ ક્યારયે એકલી નથી આવતી, આવે છે, તો પૂરી સેનાની સાથે આવે છે

મુશ્કેલીઓ ક્યારેય પણ એકલી નથી આવતી આવે છે તો આખી સેના સાથે આવે છે.

-★-

આપણા જીવનમાં જેટલી પણ અડચણો, મુશ્કેલીઓ, પરેશાનિઓ અને દુઃખ આવે છે, એ બધા આપણાં દુશ્મન છે અને આપણું જીવન એક કર્મયુધ્ધ છે. એટલા માટે આપણે હંમેશા સંઘર્ષ કરીને આ બધા દુશ્મનો પર જીત પ્રાપ્ત કરવાની છે અને આપણા જીવનને સફળ બનાવવાનું છે.

-★-

જો તમારા જીવનમાં અડચણો હોય મુશ્કેલીઓ હોય પરેશાની હોય બહુ જ દુઃખો હોય અથવા કોઈ પણ પ્રકારનો અભાવ હોય તો તમે ડરશો નહીં આને પોતાના જીવનમાં પડકાર સમજીને તેનાથી લડવા માટે સૂઝબૂઝ સાથે સંઘર્ષ કરો અને તેનો સામનો કરીને પોતાના જીવનને સફળ બનાવો.

-★-

કર્તવ્ય

જો તમે કોઈ મોટા હોદ્દા પર બિરાજેલા હોવ અથવા સમાજમાં સન્માનીય હોવ, તો તમારે દરેક કાર્ય ખૂબ જ સાવધાનીપૂર્વક કરવું જોઈએ કારણ કે કાગળ જેટલો વધારે હોય છે તેટલો જ તેની પર લાગેલો નાનકડો ડાઘ એટલો જ ખૂબ જ ઘાટો નજર પડે છે.

-★-

સારી રીતે સ્વાગત કરવાવાળા મેજબાન હોય છે અને સન્માનપૂર્વક ગ્રહણ કરવાવાળા મહેમાન હોય છે.

-★-

જો તમને પરિવારના કોઈ સભ્ય, સગાવહાલાં, પાડોશી કે ઑફિસનો કર્મચારી કે મહોલ્લાવાળો તમને સારૂ માન કે પ્રેમ ન આપે તો વિશ્વાસ રાખવો કે તેમાં કંઈને કંઈ તમારો કોઈને કોઈ દોષ જરૂરી છે.

-★-

જે પોતાની મદદ પોતે કરે છે, ભગવાન પણ તેને મદદ કરે છે.

-★-

જો તમે ઈચ્છો છો કે બીજા લોકો તમને સાથ આપે તો પહેલા

તમારે તેમને સાથ આપતા શીખવું જોઈએ.

-★-

પડ્યા હોય તેવી વ્યક્તિને સાથ આપીને ઉઠાવવા માટે તમારું ઊંચા હોવું અતિ જરૂરી છે.

-★-

એ ઘટાદાર વૃક્ષને ક્યારેય ન કાપવું જોઈએ, જે આપણને તડકાથી બચાવે છે.

-★-

બાળકોને સન્માન કરતા શીખવાડવું, ત્યારે જ એ બાળકો કાલે મોટા થઈને આપણું સન્માન કરશે.

કર્મ

જ્યારે તમે કોઈ કાર્યને રૂચિ સાથે કરવા લાગો છો તો તમને એ કામમાં આનંદ પણ આવવા લાગે છે અને તે કામ ફક્ત તમારૂ કામ નહીં પરંતુ તમારા જીવવાની રીત બની જાય છે. આવી રીતે તમે સમાજ અને દુનિયામાં પોતાનું એક મુખ્ય યોગદાન આપો છે. જેના લીધે તમે સફળતાની ઉંચાઈઓને પણ મેળવી શકો છો એટલ: માટે જો તમે કોઈ પણ કામ કરો તો એને પ્રેમ અને રૂચિ સાથે જ કરો.

-★-

જો કોઈ કામ કરવા યોગ્ય હોય તો એને નિશ્ચિંત થઈને દઢતાપૂર્વક પુરું કરવું જોઈએ.

-★-

તમે કોઈ એવા કામાં પોતાનો સમય બરબાદ ન કરો. જે કામને કોઈ બીજું તમારા માટે કરી શકતું હોય.

-★-

મારા માટે એ દિવસ બહુ ખરાબ (નકામો) છે. જે દિવસે મેં કોઈ નવું કે સારૂ કામ ન કર્યું હોય.

-★-

હું લીલીછમ સુંદર વાડિઓની વચ્ચેથી પસાર થાઉં છું પરંતુ આ સમય મારા માટે અહીંયા રહેવુ અસંભવ છે. કારણ કે મારે કેટલાક

એવા જરૂરી કામ પૂરા કરવાના છે જે મારી ખુશી કરતા પણ વધારે મહત્વપૂર્ણ છે.

-★-

કામ કરવાવાળા માટે કામ ક્યારેય પણ પૂરું નથી થતું. ઉપરથી એમના માટે નવા-નવા કામ હંમેશા તૈયાર રહે છે. એ લોકો ખોટા, કામ વગરના અને નકારાત્મક છે જે કહે છે કે એમની પાસે કરવા માટે કોઈ કામ નથી.

-★-

જો તમે તમારા જીવનને સફળ બનાવવા ઈચ્છો છો તો કોઈ એવા વ્યક્તિને શોધી લો. જે સફળતાના રસ્તે જઈ રહ્યો હોય અને એની સાથે રહો. પછી એ જે કામ કરે છે તમે પણ એ જ કરવાનું ચાલુ કરી દો. હંમેશા યાદ રાખો કે નકલ કરવા માટે પણ અક્કલની જરૂર હોય છે. પછી આ કામમાં તો અક્કલની સાથે સાથે ખૂબ જ મહેનત, નિષ્ઠા અને લક્ષ્યની તરફ સમર્પણની જરૂર છે. જો તમે તમારામાં આ બધી ક્ષમતાઓ છે તો સફળતાની પ્રાપ્તિ માટે આજથી જ કામ ચાલું કરી દો.

-★-

એક મોચી જે થોડામાં થોડા સમયમાં સારા અને મજબૂત ચપ્પલની જોડી તૈયાર કરી શકે છે તે પોતાના વ્યવસાયમાં શ્રેષ્ઠ વ્યક્તિ છે. જો તમે પોતે જ શ્રેષ્ઠ સાબિત થવા ઈચ્છતા હોવ તો તમે પણ તમારા વ્યવસાયમાં શ્રેષ્ઠ બનો.

-★-

આપણે બધા લોકો કેલેન્ડરનો ઉપયોગ કરીએ છીએ. કેલેન્ડર આપણને જે બહુ જ મહત્વપૂર્ણ વાત કહેવા માંગે છે તે જાણવાની અને સમજવાનું લોકો પ્રયત્ન જ નથી કરતા. કેલેન્ડર હંમેશા

આપણને વીતેલા દિવસોની યાદ અપાવે છે તે કહે છે કે જીવન જલ્દીથી વીતી રહ્યું છે. એના પહેલા કે જીવન પુરું થઈ જાય કંઈક સારા કામ કરી લો.

-★-

સૂર્યોદય એ લોકો માટે હોય છે જે જાગતા હોય છે. સૂતા રહેવાવાળા માટે તો હંમેશા રાત જ હોય છે.

-★-

જો કોઈ વ્યક્તિ તમારા માટે કામ કરે છે, તો તમે એનાથી ફક્ત કામની વાત કરો પછી તમે તમારા કામને જુઓ અને કરો અને પેલા વ્યક્તિને એનું કામ કરવા દો.

-★-

ખૂબ જ સફળતાઓને પામવાવાળો વ્યક્તિ કોઈ ખૂબ જ મુશ્કેલ કામ નથી કરતો પરંતુ તે સ્વસ્થ દિમાગ, શુધ્ધ હૃદય અને સૂઝ-બૂઝ સાથે કામ કરે છે.

-★-

જેવી રીતે કોઈ વૃક્ષની ઓળખ તેના ફળથી થાય છે. એવી જ રીતે મનુષ્યની ઓળખ તેના કર્મોથી થાય છે.

-★-

બધા લોકો જો પોત-પોતાના કામ પ્રામાણિકતાથી કરશે. તો આ દેશની પ્રગતિ અને ગતિ બહુ વધી જાશે પરંતુ અડધા લોકો સાચી રીતે કામ કરવા જ નથી ઈચ્છતા.

-★-

કોઈ પણ વ્યક્તિ એક સાથે બે સ્વામીઓની સેવા કરી શકતો નથી. હવે એ તમારી મરજી છે કે તમે ઈશ્વરની ઉપાસના કરો

અથવા પૈસાની (કુબેરની)

-★-

કોઈ પણ કામની શરૂઆત કરતા પહેલા જ ચિંતા કરવી એ નકામુ છે. પોતાના કામની શરૂઆત તો કરો, તમે જોશો કે તમારૂ કામ પૂરું પણ થઈ ગયું છે.કામ એ જ પૂરું થાય છે જે ચાલુ કર્યું હોય.

-★-

આપણે ક્યારેય એવું કામ ન કરવું જોઈએ જેને બીજાથી છૂપાવવાની જરૂર પડે અને પોતાને પણ છૂપાવુ પડે.

-★-

જો તમે જોખમ ઉઠાવી નથી શકતા, તો એ નક્કી છે કે તમે પાછળ રહો છો અને ક્યારેય પણ આગળ નથી વધી શકતા કારણ કે જોખમ લીધા વગર કોઈપણ કામ પૂરું નથી થતું.

-★-

કોઈ પણ કામ પૂરું કરવા માટે બધાથી મહત્વપૂર્ણ વાત એ છે કે શું કરવુ જોઈએ, કયારે કરવું જોઈએ અને કેવી રીતે કરવું જોઈએ. સાચો ટાઈમ, પરફેક્ટ પ્લાનીંગ અને સાચા લક્ષ વગર કોઈ પણ કામ પોતાના અંજામ સુધી પહોંચતુ નથી.

-★-

એ કામને પ્રાથમિકતા ન આપવી જોઈએ જે તમારી સમજથી બહુ જ દૂર હોય. પૂરી તૈયારીની સાથે તમારે એ કામ કરવું જોઈએ જે તમારી સામે હોય.

-★-

સફળતાની દોડમાં એ જ જીતે છે કે જે સાચી સૂઝ બુઝની સાથે ઉત્તમ રીતે જ કાર્ય કરે છે.

બીજાના ચહેરા પર હસી લાવવી એ બધાથી સારૂ કામ છે. રડતા બાળકને હસાવાનું ફળ તો સંસારના કોઈ પણ મહાયજ્ઞના પ્રતિફળથી મોટું હોય છે.

-★-

કોઈ પણ કામની તરફ બેદરકાર અથવા કોઈને સાથે વાયદા વિરૂધ્ધી કરવા કરતાં સારૂ એ છે કે એ કામને કરવા માટે પ્રેમથી ના પાડી દેવી જોઈએ.

-★-

જો તમને કોઈ કામ કરવામાં આનંદ નથી આવતો તો તમારા દ્વારા કરેલા તે કામમાં ખૂબસૂરતી ક્યારેય નથી આવી શકતી.

-★-

નેવું ટકા કામ તો તમે નિયમિત પણે રોજ કરો જ છો. ફક્ત તમારે વિચારવાની જરૂર પડે છે તો દશ ટકા કામના વિષયમાં જ.

-★-

કોઈ પણ મોટા કામને પુરૂં કરવા માટે આપણે એવી રીતે જીવવું જોઈએ, જેથી આપણી હાજરી હંમેશા રહે.

-★-

જે કામોના વિષયમાં આપણે હંમેશા વિચારતાં રહીએ છીએ કે આમને તો આપણે ક્યારેય પણ કરી શકીએ છીએ પરંતુ પછીથી ખબર પડે છે કે તે કામ તો આપણાથી છૂટી ગયું છે કામને ના કરવાનો અફસોસ ત્યારે થાશે જ્યારે આપણી પાસે કામ કરવાનો સમય જ નહીં રહે.

-★-

જો વ્યક્તિ કોઈ કામને પોતાનું કામ જ નહીં પરંતુ પુજા

સમજીને કરે છે અને જેના બદલામાં તેને ના તો કોઈના તરફથી પ્રશંસા અથવા ના તો કોઈ ઈનામની ઈચ્છા હોય છે. હંમેશા એ જ જોવામાં આવ્યું છે કે આ બંને વસ્તુઓ પોતાની જાતે જ એને પ્રાપ્ત થઈ જાય છે. કદાચ એટલા માટે જે કહેવાય છે કે કર્મ એ જ પૂજા છે અને પૂજાનું વરદાન અથવા સારૂ ફળ ચોક્કસ મળે જ છે.

-★-

જે શ્રેષ્ઠ કાર્યને લોકો બીજાથી છુપાવે છે તે કાર્ય જ ખૂબ જ મહત્વપૂર્ણ અને વધારે સન્માનને પાત્ર હોય છે.

-★-

જ્યારે પણ આપણે આપણા મનમાં કોઈ કામને પુરૂં કરવાની ઈચ્છા રાખીએ છીએ તો એ કામને પુરૂં કરવાની શક્તિ જાતે જ આપણામાં આવી જાય છે.

-★-

બીજાના દૃષ્ટિકોણથી હટીને કોઈ કાર્યને જોવું, તેના પર વિચાર કરવો અને એને સર્વથા નવા અને વિકસીત રૂપમાં પુરુ કરવું એ જ આવિષ્કાર કહેવાય છે.

-★-

એક આળસી અને જાડો વ્યક્તિ પણ જ્યારે પોતાના કામને પૂરું કરવાનો દિલથી પ્રયત્ન કરવા લાગે છે, તો તે પણ પોતાના કાર્યને સારી રીતે પૂરું કરી લે છે.

-★-

જ્યારે તમે બીજાઓથી વધારે અને લગનની સાથે કામ કરવા લાગી જશો, ત્યારે તમે શ્રેષ્ઠ વ્યક્તિ કહેવાશો.

-★-

જો તમે જવાબદારીનું મહત્વ સમજવા લાગશો ત્યારે તમે તમારા કામો માટે શ્રેષ્ઠ અને સમજદાર કહેવાશો.

-★-

અશક્ત અને ડરપોક વ્યક્તિ દરેક કામને અસંભવ સમજે છે. જ્યારે એક સમજદાર અને આત્મવિશ્વાસી વ્યક્તિ દરેક અસંભવ કામને પણ સાધારણ જ સમજે છે.

-★-

જો તમારો વિચાર એ છે કે તમે બીજા વ્યક્તિ માટે કામ કરો છો તો તમે તમારા જીવનની સૌથી મોટી ભૂલ કરી રહ્યાં છો.

-★-

જે વ્યક્તિ પોતાના કામને પ્રેમ કરે છે અને એને જ બધું અને મહત્વપૂર્ણ માને છે. તેની માટે આખી દુનિયામાં એના કામથી આનંદદાયક કોઈ બીજી વસ્તુ હોઈ જ નથી શકતી.

-★-

હું એ લોકોને સમજદાર સમજુ છું. જે પોતાની શક્તિને એ લક્ષ્યોમાં બરબાદ નથી કરતા, જેના માટે એ બરાબર નથી અને હું એ લોકોને એમનાથી પણ વધારે સમજદાર સમજુ છે, જે એ કામોમાંથી જે કામને સારી રીતે કરી શકે છે. સર્વશ્રેષ્ઠ કામને જ પસંદ કરે છે અને તે કામને પુરેપૂરી લગન અને સૂઝબૂઝથી કરે છે.

-★-

વધારે આત્મવિશ્વાસ કરતાં વધારે તમે તમારી ક્ષમતાઓનો ઉપયોગ કરશો, એટલી જ વધારે સંભાવના તમારા માટે સફળતા પ્રાપ્તિની થશે.

-★-

તમે તમારી શક્તિઓને ક્યારેય પણ એવા લક્ષ્યમાં બરબાદ ના કરો જેની માટે તમે બરાબર નથી અથવા જે લક્ષ્ય તમારી શક્તિની બહારનું છે. તમારે એ જોઈએ કે તમે તમારા બધા કર્મોમાંથી એ કામને પસંદ કરો. જેને તમે સારી રીતે કરી શકો છો. પછી એ કામને પૂરું કરવા માટે પોતાની સૂઝ-બૂઝ અને મક્કમતાથી આગળ વધો.

-★-

આમાં કોઈ બે રસ્તા નથી કે પહેલા આપણે સ્વપ્ન જોઈએ છીએ અને પછી એને સમજાવીએ છીએ પણ એના પછી આપણું જ સ્વપ્ન આપણને બનાવે છે અને સજાવે છે.

-★-

જો તમારામાં આળસની સાથે કામ કરવાની આદત છે તો સમજી લેજો કે તમે સમાજમાં રહી નહીં શકો અને હંમેશા પાછળ રહી ગયેલા કહેવાશો. પોતાની અંદર હંમેશા ઉત્સાહ અને સ્ફૂર્તિ બનાવેલી રાખો, જેથી પોતાના કામને સમયસર પૂરું કરી શકો અને એક સફળ વ્યક્તિના નામ પર ઓળખાવા લાગો.

-★-

સ્વાર્થ વગરના ભાવથી કામ કરો. આનાથી ના ફક્ત તમે એક આદર્શ અને પ્રભાવશાળી વ્યક્તિ બનશો પરંતુ સમાજમાં તમારૂ માન અને પ્રતિષ્ઠા પણ વધશે.

-★-

જો તમે આજના કામને કાલ પર મૂકી દો છો તો સમજવું કે તમે તમારા ઉપર કામનું ભારણ વધારો છો અને આવા જ કામોને કાલ ઉપર મૂકતાં રહેવાના લીધે તમારૂ કામ ક્યારેય

પણ પૂરું નહીં થાય.

-★-

પ્રબળ ઈચ્છાશક્તિની સાથે કોઈ પણ કામ કરવાથી તેમાં તમારી રૂચિ અને લગની તો રહેશે જ સાથે સાથે એ કાર્ય તરફ તમારામાં ઉત્સાહ પણ રહેશે જેના લીધે તમારા આત્મવિશ્વાસમાં વધારો થશે અને અંતમાં સફળતા પણ મળશે.

-★-

પરમપિતા ઈશ્વરે આપણને બહુ જ દૂરનું અને ઉંડાઈ સુધી વિચારવા મગજ આપ્યું છે એટલા માટે આપણે સૂઝ-બૂઝની સાથે મહેનત કરવી જોઈએ. જો આપણે સૂઝ-બૂઝની સાથે મહેનત નહીં કરીએ તો આપણું જીવન નકામું છે.

-★-

ક્યારેય પણ બીજાઓના કહેવાથીએ કાર્યની શરૂઆતના કરો, જેમાં તમારી રૂચિ ના હોય. એ પણ ધ્યાન રાખો કે એ કાર્યનો તમારામાં અનુભવ પણ હોય.

-★-

જો તમે સૂઝ-બૂઝની સાથે કોઈ કાર્ય કરો છો તો તમે વધારે પૈસા પ્રાપ્ત કરી શકો છો.

-★-

તમારા કામાં તમને અસફળતા મળે અથવા તમારૂ કામ કોઈ પણ કારણથી ખરાબ થઈ જાય તો સહેજ પણ પરેશાન ના થશો. પોતાના કામને બીજીવાર નવા ઉત્સાહ અને સૂઝ-બૂઝની સાથે શરૂ કરો. તમને સફળતા અવશ્ય મળશે.

-★-

જે કામને કરવા માટે તમારૂ મન વારંવાર કહે તો સમજવું કે એ જ તમારી ઈચ્છાશક્તિ છે.

-★-

ગુસ્સો

જો આપણે ગુસ્સાના એક પળને સહન કરી લઈએ તો આપણે દુ:ખના ગણતરી વગરના દિવસોથી બચી શકીએ છીએ. એવી જ રીતે જો આપણે ગુસ્સાના એક પળને પણ સહન ના કરી શકીએ તો ગુસ્સો આપણું બધું ખલાસ કરી દે છે.

-★-

નારાજ થવું એ સરળ છે, પરંતુ સાચી વ્યક્તિ પર સાચા સમય પર સાચી રીતે સાચા કામ માટે અને સાચી રીતે નારાજ થવું અથવા ગુસ્સે થવું એ સરળ નથી. પહેલા નારાજગી બતાવવાની કળા શીખો પછી કોઈ પર નારાજ થાઓ.

-★-

જ્યારે પણ આપણે લોકોને ટોણાં મારીએ છીએ તો એનાથી એ સાબિત થાય છે કે આપણે એના કામથી નહીં પરંતુ એનાથી નારાજ છીએ, એટલે સમજદાર લોકો ક્યારેય કોઈને ટોણો નથી મારતા.

-★-

જો તમારા પર કોઈ ગુસ્સે થઈ રહ્યું હોય તો એનો વિરોધ કરવાની જગ્યાએ વ્યક્તિની સામેથી જતું રહેવું જોઈએ. થોડા સમય પછી જોશો કે તેનો ગુસ્સો જાતે જ પૂરો થઈ ગયો છે. ગુસ્સાવાળા વ્યક્તિને જીતવા માટે આ સરળ અને સારો ઉપાય છે.

-★-

જો તમે તમારા લોહીને બાળવા ઈચ્છો છો તો ક્રોધ કરવાનું શરૂ કરી દો

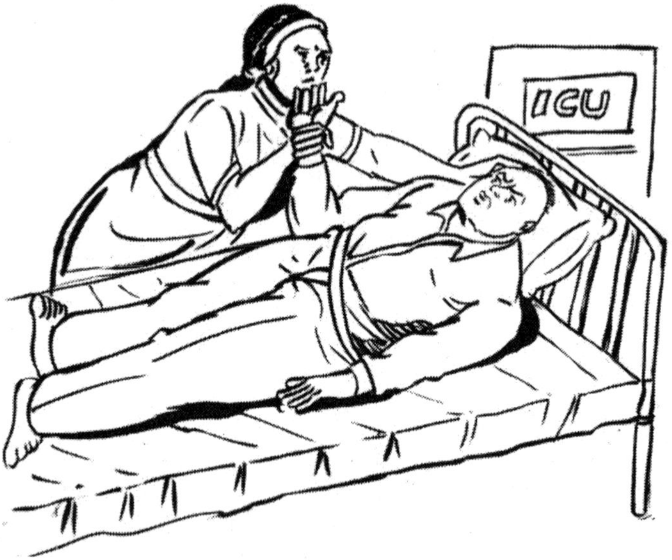

જો તમે ખુદને હૉસ્પિટલ પહોંચાડવા ઈચ્છો છો, તો ચિંતા કરવાની શરૂ કરી દો.

ગુસ્સાવાળો વ્યક્તિ ગુસ્સામાં ક્યારેય સાચી વાત નથી કહેતો ત્યારે તે ફક્ત અને ફક્ત બીજાના દિલ દુભાવવા માંગે છે.

-★-

મે હંમેશા જોયું છે કે ઝગડવાવાળા કુતરા લંગડા થઈને જ પાછા આવે છે. તમે લંગડા થઈને ઘરે આવવા માંગો છો કે હસીને...

-★-

જો તમે તમારી અંદર ઉત્પન્ન થઈ રહેલા ગુસ્સાને એક પળ માટે પણ રોકી લેશો તો તમે જાણી શકશો કે તમે પોતાના પર આવવાવાળા દુઃખને પણ રોકી લીધું છે.

-★-

ગુસ્સાવાળા વ્યક્તિની આગળ જો તમે શાંત રહીને તેને ઉદાસ કરી દો છો કારણ કે તમારા શાંત રહેવાથી જ તેનો ગુસ્સો શાંત થઈ જાય છે. ગુસ્સાનો મારવાનું અસ્ત્ર શાંતિ જ છે.

-★-

સવારથી સાંજ સુધી કામ કરતા આપણે એટલા નથી થાકતા જેટલો ગુસ્સા અથવા ચિંતાના એક કલાકમાં થાકી જઈએ છીએ.

-★-

ઝઘડાની સ્થિતિમાં તમે ચૂપ થઈ જાઓ, એટલા માટે કારણ કે ચૂપ મિજાજનો વ્યક્તિ ઝઘડાનો દરવાજો બંધ કરી દે છે.

-★-

બદલો લેવાની ભાવના અને ગુસ્સો એક એવા શરબતની જેમ છે, જેને જેટલો ઠંડો કરવામાં આવે એટલું જ વધારે સારૂ.

-★-

જો તમે તમારા સ્વાસ્થ્યને ખરાબ કરવા ઈચ્છો છો તો તેની માટે કોઈ દુશ્મનની જરૂર નથી. ફક્ત પોતાને ગુસ્સો ભરેલા રાખવા. ગુસ્સો તમારા લોહીમાં એટલા વિકાર પેદા કરી દેશે કે તમારૂ લોહી ઝેરીલું થઈ જશે, તમારી બોલી ઝેરીલી થઈ જશે, તમારા હાવભાવ ઝેરીલા થઈ જશે અને પછી એક દિવસ એવો પણ આપશે કે જ્યારે તમને તમારૂ જીવન ઝેરીલું લાગશે.

-★-

કહેવાવાળાઓએ સાચુ કહ્યું છે કે ગુસ્સો કરતાં પહેલાં જો તેના પરિણામ પર ધ્યાન રાખી એ તો ગુસ્સો નહીં આવે.

-★-

જેને ન આવડતું હોય તેવો કારીગર પોતાની અસફળતાથી ખિજાઈ ન પોતાના સાધનો પર ગુસ્સો ઉતારે છે.

-★-

સ્ફૂર્તિલા થઈને સાંભળો, ચપળ થઈને બોલો અને વધારેમાં વધારે ચાલાક થઈને ગુસ્સો કરો.

-★-

જો કોઈ વારંવાર તમને ધમકી આપતુ હોય તો સમજી લેવું કે તેનાથી આપણને ઓછો ડર છે, ગરજવાવાળા વાદળા વરસતા નથી.

-★-

કોઈનાથી માફી માંગવી હોય તો હંમેશા સ્ફૂર્તિ અને સભ્યતાથી માંગવી જોઈએ, જ્યારે ગુસ્સો સમજી વિચારીને કરવો જોઈએ. જ્યાં માફી માગવાથી મનુષ્યનું કદ મોટું થાય છે ત્યાં ગુસ્સો તેની પદની માટે ખતરનાક સાબિત થાય છે.

-★-

આપણું જીવન નાનું છે એટલા માટે આપણે તેને દુશ્મની અને ભૂલોની વચ્ચે ન ગુજારવું જોઈએ.

-★-

ગુણ-અવગુણ

જે ગુણોને આપણે બીજામાં જોઈને ખુશ થઈએ છીએ જો તે જ ગુણ આપણામાં હોય તો બીજા લોકો પણ આપણને જોઈને ખુશ થશે.

-★-

જે વ્યક્તિ પોતાના જીવનને સફળ બનાવવા ઈચ્છે છે તેને બીજાના ગુણોને ફક્ત જોવા ન જોઈએ પણ જીવનમાં ઉતારવા પણ જોઈએ.

-★-

સારા ગુણોથી તમે બધુ જ મેળવી શકો છો. સારી રીતે એ ગુણોનો પ્રયોગ કરવો પણ તમને આવડવો જોઈએ.

-★-

ચુપ રહેવુ એ શ્રેષ્ઠ ગુણ છે પરંતુ ચૂપ રહીને તમે બીજા લોકોના દોષ સાંભળી શકો છો ને પોતાના દોષ છુપાવી શકો છો.

-★-

તમારા અડધાથી વધારે ગુણ તો તે સમયે હાજીહાજી કરવામાં જતા રહે છે જ્યારે તમે બીજાની નોકરી કરવાનું શરૂ કરો છો. બાકી જે ગુણ બચે છે તેનો ઉપયોગ માલિકની ભલાઈ માટે હોય છે. પોતાના માટે નહીં, કારણ કે પગારની કિંમત પર માલિક તમને ખરીદી ચૂક્યો હોય છે.

-★-

હંમેશા આપણે બીજાના ખોટા કામોને સારી રીતે જોઈએ છીએ પણ બીજાના ગુણ આપણને સારા નથી લાગતા.

-★-

લાયકાત, સૂઝ-બૂઝ, પ્રામાણિકતા, તુરંત કામ કરવાવાળા, ધીરજ રાખવાવાળા અને કોઈ એક તરફનો પક્ષ ન લેવાવાળા જેવા ગુણ એક અધિકારીમાં હંમેશા હાજર હોવા જોઈએ.

-★-

કોઈ પણ ગુણી વ્યક્તિને તેની ભૂલ બતાવીએ તો તે તેને સુધારીને ગુણમાં બદલી લેશે. કોઈ અવગુણી વ્યક્તિને તેની ભૂલ બતાવીએ તો તે પોતાની ભૂલને ડબલ કરીને તમને ખોટા સાબિત કરી દેશે.

-★-

પોતાનાથી મોટા વ્યક્તિના વ્યક્તિત્વમાં ભૂલ કાઢવી તે આપણી સૌથી મોટી ભૂલ છે બીજાની ભૂલ શોધવાને બદલે તેની સારી વાતો જોઈને તેને ગ્રહણ કરવાનો પ્રયત્ન કરવો.

-★-

જો વ્યક્તિ બીજાને દોષી સાબિત કરે છે. વાસ્તવમાં તે પોતાને જ દોષી સાબિત કરે છે.

-★-

જે લોકો બીજાની ફરીયાદ કરે છે તે પોતાની અક્ષમતાને પોતે જ સાબિત કરે છે.

-★-

ગુણી વ્યક્તિ પથ્થરથી પણ પ્રેરિત થઈને એને નમન કરે છે, જ્યારે અવગુણી એને ઠોકર મારે છે અને ઠેસ ખાય છે.

જો લોકો આપણી પીઠ પાછળ કંઈક સારૂ કહે છે તો તે આપણી પ્રતિષ્ઠાનું અસલી ઈનામ છે. જેની આપણને જરૂર છે.

-★-

આપણે બધી જ બેકાર અને ફાલતુ વાતો ભૂલી જવાની કોશિશ કરવી જોઈએ કારણ કે બધી જ વસ્તુ યાદ રાખવાનો એ મતલબ છે કે આપણાં મગજને એક કચરાપેટી બનાવવી.

-★-

બીજાના ગુણોના વખાણ કરીને પોતાનો સમય નષ્ટ કરવા કરતા સારું એ છે કે એના ગુણોને અપનાવવામાં પોતાનો કિંમતી સમય લગાવી દો.

-★-

બીજાના ભૂલોને માફ કરવી એ સારી વાત છે અને ભૂલી જાવ એ તો એનાથી પણ સારી વાત છે કારણ કે ભૂલવાથી આપણને અંદરની શક્તિ પ્રાપ્ત થાય છે. યાદ રાખવાથી ગુસ્સો ઉત્પન્ન થાય છે.

-★-

તમારૂ વ્યક્તિત્વ એ તમારા ગુણોનો અરીસો છે એટલા માટે તમારા ગુણોને હંમેશા નિખારતા રહો.

-★-

ભૂલ

ભૂલો બધા કરે છે. ભૂલ એ આપણા જીવનનો એક મહત્વનો ભાગ છે પરંતુ સફળ લોકો હંમેશા પોતાની ભૂલોને શોધે છે, એ ભૂલનું કારણ જાણવાનો પ્રયત્ન કરે છે કે એનાથી ક્યાં અને કેવી રીતે કોઈ ભૂલ થઈ ગઈ. પછી એ ભૂલથી બોધપાઠ મેળવે છે અને એના પછી એ ભૂલને સુધારીને પોતાની સૂઝ-બૂઝથી મહેનત કરે છે. સમજદાર લોકો એ જ હોય છે જે બીજાને દોષ આપવાના બદલે ખુદ પોતાની ભૂલો અને ભૂલોના કારણે મળેલ પરિણામને અચકાયા વગર સ્વીકાર કરે છે.

-★-

ભૂલ કરવી એ મનુષ્યનો સ્વભાવ છે. જો એ ભૂલ ન કરે તો એ એના જીવનમાં ક્યારેય સફળ નથી થઈ શકતો.

-★-

નાની-મોટી ભૂલોના લીધે જ દુનિયામાં અનેક શોધો થઈ છે. જો શોધ કે ભૂલો ના કરે તો નવી-નવી સુવિધાઓની શોધ કેવી રીતે કરે.

-★-

જો આપણે એક ભુલ કરીએ છીએ તો એ ભૂલથી બોધ પાઠ મળે છે કે ભવિષ્યમાં આપણે એવી ભૂલ નહીં કરીએ.

-★-

ભૂલ કર્યા વગર આપણે કાંઈ જ શીખી શકતા નથી. પછી ભલે એ આપણા જીવનની શરૂઆતનો પ્રથમ અક્ષર જ કેમ ના હોય.

-★-

જે વ્યક્તિ એમ કહે છે કે તેણે પોતાના જીવનમાં કોઈ ભૂલ કરી જ નથી. એની માટે હું તેના માટે ડંકો વગાડીને કહી શકું છું કે તેણે પોતાના જીવનમાં કોઈ પણ કામ કર્યુ જ નથી. ખરેખર ભૂલ તેનાથી જ થાય છે જે કામ કરે છે.

-★-

હંમેશા પોતાની ભૂલો અને કમીઓને સ્વીકારો અને તેને સુધારતા રહો.

-★-

દગાબાજ, ચોર, બેઈમાન બનવા કરતાં
સારું છે કે આપણે ગરીબ જ બનેલા રહીએ.

ગરીબી

પોતાને ગરીબ રાખીને, ગરીબી દૂર થઈ શકતી નથી. હલેસા માર્યા વગર નાવ પાર થઈ શકતી નથી. જેટલું બને એટલું પોતાને ગરીબીથી મુક્ત રાખ એ મારા દોસ્ત! દેખ પછી કેવી રીતે ગરીબી દૂર થઈ શકતી નથી.

-★-

જો તમે પૈસાના અભાવથી ગરીબ છો તો ઠીક છે, પરંતુ જો તમારી પાસે ક્ષમતાઓનો અભાવ છે તો તમે ખરેખર દુનિયાના બધાથી ગરીબ વ્યક્તિ છો.

-★-

આળસ, બેદરકારી, અધીરાઈ, અવિશ્વાસ નકામો ખર્ચ અને બેવકૂફીના કારણે પેદા થનારી ગરીબી અપમાનનું કારણ બને છે.

-★-

દગાબાજ, ચોર, બેઈમાન અને જૂઠા માણસ બનવા કરતા સારૂ છે કે આપણે ગરીબ બની રહીએ.

-★-

ગરીબ હોવાના લાભ પણ બહુ મીઠા છે, જે મૂર્ખ વ્યક્તિને બદસૂરત અને ખરાબ દેખાય છે. પરંતુ એક કિંમતી પથ્થર તેના માથા પર લગાડેલો હોય છે. તે વિદ્વાન ગરીબ જ જાણે છે.

ચરિત્ર

ચરિત્ર એ તમારા વ્યક્તિત્વનો એ ભાગ છે. જેની જરૂર તમને સમાજના દરેક ક્ષેત્રોમાં પડે છે, કારણ કે ચરિત્રથી જ તમે સમાજમાં ઓળખાવ છો.

-★-

કોઈ પણ વ્યક્તિના ચારિત્ર્યનું નિર્માણ પહેલેથી નાનપણમાં જ થઈ જાય છે કારણ કે વ્યક્તિના ખરેખર ચરિત્રનો આધાર તેના માતા-પિતા જ છે, જે આગળ વધીને તેના મોટા થઈ જવા પર એને કામ આવે છે.

-★-

પોતાના ચરિત્રને એવું બનાવો કે તે હંમેશા બીજાને આગળ વધવા માટે પ્રેરણા આપે.

★ જે અસહાય છે, તેને મદદ કરો.

★ જે નીચે જઈ રહ્યું છે તેને સંભાળીને ઉપર ઉઠાવો.

-★-

એક ચરિત્રવાન વ્યક્તિ સમાજમાં માનને પાત્ર હોય છે સમાજમાં એનો જ આદર થાય છે અને લોકો પણ એના ગુણગાન ગાય છે.

-★-

તમારૂ જીવન કલંક વગરનું બની રહે તે વાત માટે જાગૃત

રહો.

-★-

તમે તમારી ભવિષ્યની યોજનાઓ અને કાર્યને અવશ્ય ગુપ્ત રાખો પરંતુ પોતાનુ જે ચરિત્ર છે તે સમાજ તથા દુનિયાથી ન છુપાવશો એને સમાજની સામે રાખો અને જો તમારા ચરિત્રમાં કોઈ સુધારો લાવવાની જરૂર છે તો તેને અવશ્ય સુધારો.

-★-

ચિંતા

મને એવા લોકોની જાણકારી નથી, જે વધારે કાર્ય કરવાના લીધે મૃત્યુ પામ્યા હોય, પરંતુ મેં એવા બહુ લોકોને જોયા છે. જે ચિંતાના કારણે આ દુનિયાને છોડી ચૂક્યા હોય.

-★-

જો તમે તમારા લોહીને બાળવા ઈચ્છો છો તો ગુસ્સે કરવાનું ચાલુ કરી દો અને જો તમે પોતાને દવાખાને પહોંચાડવા ઈચ્છો છો તો ચિંતા કરવાનું શરૂ કરી દો.

-★-

ચિંતાથી હારવાવાળા વ્યક્તિ તરત જ ખલાસ થઈ જાય છે.

-★-

તમને જે મુશ્કેલી આવી ચૂકી છે. એના માટે તમારે શોક કરવો અને ચિંતા કરવી એ વધારે પડતી મુશ્કેલીને નિમંત્રિત કરે છે.

-★-

ક્યારેક વિચાર કરીને જોજો કે તમે સવારથી સાંજ સુધી કામ કરીને એટલું નથી થાકતા જેટલુ કે તમે ગુસ્સા અને ચિંતા કરીને એક કલાકમાં જ થાકી જાઓ છો.

-★-

બીજાના મોકલવાથી દુઃખ આપણી પાસે નથી આવતું પરંતુ આપણે પોતે જ તેને બોલાવીએ છીએ. એટલા માટે આ કહેવત પ્રચલિત છે કે - આ બૈલ મુજે માર.

-★-

હંમેશા ચિંતામુક્ત રહેવાનો પ્રયત્ન કરો તથા મુશ્કેલીઓથી બચો. આનાથી તમારૂં શરીર અને મન પણ સ્વસ્થ રહેશે જ સાથે સાથે સારા અને સ્વસ્થ વિચારો પણ મળશે.

-★-

ચિંતા હંમેશા નાની વસ્તુના પડછાયાને પણ મોટો બનાવી દે છે. કદાચ એટલે જ કહેવાય છે કે ચિંતા એ ચિતા સમાન છે. ચિંતા કરવાનુ શરૂ કરી દો તો ચિતાનો રસ્તો જાતે જ બની જશે.

-★-

આપણા દુઃખનુ સૌથી મોટું કારણ ફક્ત આપણું અજ્ઞાન છે. એટલા માટે આપણે અજ્ઞાનના અંધારાને દૂર કરવાનો પ્રયત્ન કરવો જોઈએ.

-★-

જવાબદારી

જવાબદારી અને દાયિત્વ એ સમાનાર્થી શબ્દ છે, જેનો અર્થ છે, કોઈ મહત્વના કામને શરીર-મનથી પૂરું કરવું.

-★-

તમારે તમારી ઉપર એક જવાબદારી નાખી દેવી જોઈએ કે તમારે ઉચ્ચસ્તરની પદવી માટે તૈયાર રહેવુ જોઈએ તથા અંતમાં પોતાને સર્વોચ્ચ પદ માટે તૈયાર કરવા જોઈએ. યાદ રાખો કે લક્ષ્ય જેટલુ ઊંચું હશે, લક્ષ્ય સાંધવા માટે ચલાવાયેલું તીર એટલું જ ઊંચું જશે.

-★-

જવાબદારી એ સ્વતંત્રતાનું જ એક રૂપ છે પરંતુ વધારે લોકો એનાથી ડરે છે. ખરેખરમાં આ ડર જવાબદારીનો નહીં વ્યક્તિનો પોતાનો ડર હોય છે. આવો વ્યક્તિ જવાબદારીથી ઓછો અને સ્વયંથી વધારે ડરે છે.

-★-

પોતાનામાં જવાબદારી બહુ જ મહત્વપૂર્ણ શબ્દ છે. જેણે આ શબ્દને સમજી લીધો, એણે બધાનો વિશ્વાસ મેળવી લીધો.

-★-

જો કોઈ વ્યક્તિ કોઈ કામની જવાબદારી લે છે અને તે કામને પુરી શ્રધ્ધાથી પૂરું કરે છે તો એવો વ્યક્તિ જ જવાબદાર વ્યક્તિ

કહેવાય છે.

-★-

જો તમે કોઈને કોઈ પણ જવાબદારી આપો છો. તો એનું પરિણામનું ભારણ પણ તે જ અને ખરાબ પરિણામ માટે જવાબદાર પણ તે જ.

-★-

લાંબુ જીવન જીવવા ઈચ્છો છો
તો ફક્ત એક જ દવા
લો -હંમેશા હસતા રહો.

જીવન

આપણું જીવન જીવવા, રાખવા અને ફક્ત પ્રાપ્ત કરવાથી નથી બનતું પરંતુ આપણું જીવન કંઈક બનવા અને કંઈક બનીને બતાવવા માટે છે.

-★-

તમે તમારા જીવનમાં જેટલો વધારે સંઘર્ષ કરો છો એટલો જ વધારે તમારા વ્યક્તિત્વમાં પણ નિખાર આવે છે.

-★-

કેટલા આશ્ચર્યની વાત છે કે લોકો પોતાના જીવનને સફળ બનાવવા તો ઈચ્છે છે પરંતુ એને સુધારવાની એમની જરા પણ ઈચ્છા નથી હોતી.

-★-

જે જતું રહ્યું તે જતું રહ્યું બાકી બચેલા જીવનને જ ધ્યાનમાં રાખીને મળેલા અવસરોને સમજીને સૂઝ-બૂઝથી કામ કરીને તમે તમારી યોગ્યતાનો પરિચય આપી શકો છો.

-★-

જે વ્યક્તિ જીવનની રાહમાં એકવાર ઉંધા રસ્તા પર ચાલવા લાગે પછી એને સીધા રસ્તા પર આવવું બહુ જ મુશ્કેલ છે.

-★-

બીજા પર દોષ નાખવાથી સારું એ છે કે આપણે પોતાને જ સુધારીએ.

-★-

આપણા જીવનની પરેશાનીઓ અને મુશ્કેલીઓ જ આપણને જીવન જીવવા માટે મજબૂત બનાવે છે.

-★-

મનુષ્ય જ્યારે જન્મે છે ત્યારે બંધ મુઠ્ઠીની સાથે જન્મે છે અને જ્યારે મરે છે ત્યારે હાથ ખુલ્લા રાખીને મરે છે. જુઓ, જિંદગી કેટલી સરળતાથી એ વસ્તુઓના બંધનને ઢીલા કરી દે છે, જેને આપણે મહત્વપૂર્ણ સમજીએ છીએ.

-★-

ટીમ વર્ક

તમે તમારા જૂથની તરફ પ્રમાણિક ત્યારે બની શકો છો જ્યારે તમે દિલથી ચાહો છો કે તમારા જૂથને પણ સારા અને યોગ્ય લાભ મળે.

-★-

બિનજરૂરી વસ્તુને ખરીદનાર એ વસ્તુને ખરીદવાથી હાથ ધોઈને બેસે છે જેની વાસ્તવમાં તેને જરૂર હોય છે.

-★-

જૂથની સફળતા માટે જૂથ ભાવના હોવી ખૂબ જ જરૂરી છે કારણ કે જે જૂથમાં જૂથ ભાવના નથી હોતી તે જૂથ ક્યારેય પણ સફળતા પ્રાપ્ત નથી કરી શકતું.

-★-

તમારૂ જૂથ તમને એક ઉદાહરણના રૂપમાં જોવે છે. તમે ઈચ્છો છો કે તમે તેના માટે એક ઉદાહરણ તથા પ્રેરક સાબિત થાઓ.

-★-

તમે તમારા જૂથને ત્યારે જ હિંમતવાન બનાવી શકો છો જ્યારે તમારી પાસે જૂથને સશક્ત બનાવવાની સાચી યોજના હોય.

-★-

કોઈ પણ લક્ષ્યને પ્રાપ્ત કરવા માટે સહયોગિઓની સાથે

તાલમેળ ખૂબ જ જરૂરી છે. ભૂલશો નહીં, તાલમેળથી આખું જૂથ રમે છે, પરંતુ જીતની ટ્રોફી તો કપ્તાનના હાથોમાં જ જાય છે.

-★-

દૃઢ-સંકલ્પ

જ્યારે આપણે કોઈ કામ કરવાની ઈચ્છા કરીએ છીએ તો શક્તિ પોતાની જાતે જ આવી જાય છે. હકીકતમાં વ્યક્તિમાં આત્મશક્તિની ખોટ નથી હોતી. ખોટ હોય છે તો ફક્ત ઈચ્છાશક્તિની. જે વ્યક્તિએ પોતાની ઈચ્છાશક્તિને પ્રબળ બનાવી દીધી તો એણે દુનિયાનું દરેક કામ કરી લીધું.

-★-

જે દિવસે તમે તમારા અંદરના દોષોનું નિરીક્ષણ અને પરીક્ષણ કરીને અધ્યયન કરો છો અને તેને દુર કાઢી ફેંકવાનો દૃઢ નિશ્ચય લઈએ છીએ. એ જ દિવસથી તમે તમારી જાતને પોતાના લક્ષ્યની પ્રાપ્તિ માટે ખૂબ જ સક્ષમ મેળવો છો.

-★-

કહેવાય છે કે પ્રગતિ જ પ્રકૃતિનો નિયમ છે અને રૂચિ અને ઈચ્છા વગર કોઈ પણ કાર્ય કરવુ નકામું છે. કારણ કે ઈચ્છાશક્તિ વગર પોતાની કળાની કોઈ કદર નથી. જ્યાં ઈચ્છાશક્તિ નથી હોતી, ત્યાં પ્રકૃતિનો નિયમ પણ અનિયમિત થઈ જાય છે.

-★-

ઈચ્છાઓને પોતાનાથી દૂર ક્યારેય ના કરો કેમ કે એના વગર તમે કયા ઉદ્દેશને લઈને કામ કરશો. જ્યાં ઈચ્છા નથી હોતી ત્યાં ઉદ્દેશ પણ નથી હોતો.

-★-

ધીરજ

ધીરજ એ પ્રતિભાનું એક જરૂરી અંગ હોવાની સાથે-સાથે મનુષ્યનો એક એવો ગુણ છે, જે તેને સફળતા અપાવે છે અને જે વ્યક્તિ ધીરજ નથી રાખતા. તેનો નિર્ણય અને બધી ઈચ્છાઓ સમય-સમય પર બદલાતી રહે છે અને પરીક્ષાના સમયમાં તે નિર્બળ સાબિત થાય છે. કહેવાનો અર્થ એ છે કે જેની પાસે ધીરજ છે, તે જે ઈચ્છા કરે છે એને પ્રાપ્ત કરી શકે છે.

-★-

મેં મારા અનુભવથી શીખ્યું છે કે ધીરજ કડવું જરૂર હોય છે પરંતુ તેનુ ફળ હંમેશા મીઠુ હોય છે.

-★-

પોતાના પર સંયમ એક એવો શબ્દ છે જેને દૃઢ રીતથી અપનાવીને વ્યક્તિ બધી જ શક્તિમાન બની શકે છે.

-★-

ધીરજ એ ભિખારીનો સૌથી મોટો ગુણ હોય છે કારણ કે જે વ્યક્તિ ધીરજને અપનાવે છે તે વ્યક્તિ જે વસ્તુની ઈચ્છા રાખે, તે વસ્તુ તે પ્રાપ્ત કરી જ લેશે.

-★-

હું અસંભવ કહેવાવાળા લોકોને પૂછવા માંગુ છું કે તે એવું કયું મુશ્કેલ કામ છે જેને ધીરજવાળા અને મનોબળવાળો વ્યક્તિ પુરૂં નથી કરી શકતો.

-★-

ધન-સંપત્તિ

પૈસો કમાવવો સારી બાબત છે પરંતુ બચત કરવી એ એનાથી પણ સારી વાત છે. જો આપણે બચત નહીં કરી શકીએ તો આપણને પૈસાની અછતનો અનુભવ દુઃખ આપશે જ.

-★-

થોડા સમયમાં ભેગી થયેલી સંપત્તિ ઓછી થઈ શકે છે પરંતુ થોડી-થોડી કરીને જમા કરેલી સંપત્તિ હંમેશા વધે જ છે.

-★-

પૈસાથી તમે ફક્ત આર્થિક ગરીબી જ દૂર કરી શકો છો, કોઈ બીજી વસ્તુને નહીં.

-★-

જે વ્યક્તિ પૈસા વાપરવાની સાથે-સાથે પૈસાની બચત પણ કરે છે તે જ વધારે સમજદાર અને સુખી હોય છે. કારણ કે એવી જ રીતે તે સારા વર્તમાન અને સુરક્ષિત ભવિષ્યનો આનંદ મેળવે છે.

-★-

પૈસાવાળો વ્યક્તિ એ જ હોય છે જેની આવક ખર્ચાથી ઓછી હોય અને ગરીબ વ્યક્તિ એ જ હોય છે જે આવક કરતા વધારે

TeekaRam

ખર્ચ કરવો જેની મજબૂરી હોય છે.

-★-

જો તમારા ખિસ્સામાં છેદ છે, તો એ ભરવાથી કોઈ ફાયદો નથી.

-★-

આવકથી વધારે ખર્ચ કરવો એ પોતાની ચારે બાજુ મુશ્કેલીના બીજ વાવે છે.

-★-

પૈસાથી કિંમત એ જ જાણી શકે છે જેણે ક્યારેય કોઈની પાસે ઉધાર માંગવાના પ્રયત્ન કર્યો હોય.

-★-

નિંદા

બીજાઓની નિંદા અને અવગણના કરતા પહેલા તમે એ જરૂર જાણી લો કે તમે શું છો? શું તમારી પણ કોઈ નિંદા કરી શકે છે અને જો તમારી કોઈ નિંદા કરી શકે છે, તો કેમ?

-★-

કોઈ પણ વ્યક્તિની નિંદા કરવી એ ઈર્ષ્યાથી ભરેલું અને ખરાબ કામ છે. આનાથી ઈર્ષ્યાવાળું કામ કોઈ નથી હોતું એટલા માટે બધાએ નિંદાથી બહુ દૂર રહેવું જોઈએ.

-★-

જે વ્યક્તિ બીજાની નિંદા કરે છે, તે પોતે જ એક નિંદિત પ્રાણી છે. સમાજ પોતે જ તેની અવગણના કરે છે.

-★-

આપણે કોઈ પણ વ્યક્તિની નિંદા ના કરવી જોઈએ. નિંદા કરવી એ નૈતિક અને વ્યવહારિક ગુનો છે. જેને ના સમય માફ કરે છે, ના સમાજ.

-★-

બીજાથી વેર અને ઈર્ષ્યા રાખવાની જગ્યાએ જો તમે એ વિચારો કે-

- એવુ કયું કારણ છે કે બીજા તમારાથી વધારે વધારે સફળ છે અને તમે એની સરખામણીમાં ઓછા સફળ.
- એવા કયા ગુણ એમનામાં છે જે તમારામાં નથી.
- એવી કઈ યોગ્યતા એમનામાં છે જે તમારામાં નથી
- પછી તમે તમારી જાતને એમના સામના માટે તૈયાર કરો.

-★-

જે લોકો વ્યક્તિગત રૂપમાં અશક્ત અને લાચાર હોય છે તે લોકો પણ કોઈ જૂથની સાથે જોડાઈને શક્તિશાળી બની શકે છે.

નેતૃત્વ, લીડરશીપ

એ ધ્યાન રાખો કે નકલ કરવી એ મનુષ્યનો સ્વભાવ છે આથી એ પણ ધ્યાન રાખો કે જે વધારે આગળ હોય છે તે જ નેતૃત્વ કરે છે.

-★-

સારી સલાહ આપવાવાળો સમજદાર કહેવાય છે અને જે સારી સલાહની સાથે સાથે આદર્શ પણ પ્રસ્તુત કરે છે. તે જ નેતા કહેવાય છે.

-★-

જે લોકો વ્યક્તિગત રૂપમાં અશકત અને લાચાર હોય છે. તે લોકો પણ કોઈ જૂથની સાથે જોડાઈને શક્તિશાળી બની શકે છે.

-★-

સાથે મળીને એટલે કે એક જૂથ બનાવીને કામ કરવાથી સારૂ થાય છે અને એનું પરિણામ પણ સારૂ મળે છે.

-★-

આપણે આપણા માલિકને તો સંતુષ્ટ કરી શકીએ છીએ પરંતુ આપણા સહકર્મચારીઓને નહીં, કેમ કે સહકર્મચારી હોવાના કારણે એમની અપેક્ષાઓ વધારે અને મોટી હોય છે.

-★-

લીડરશીપ એ બીજા લોકોથી કામ કરાવવાની એ કળા છે

જેમાં લોકોએ કામને પોતે જ કરવાની ઈચ્છા પ્રસ્તુત કરે.

-★-

એક થઈને કામ કરવાથી આપણા સારા કામો અને સારા પરિણામ જ સામે નથી આવતા પરંતુ જૂથમાં જોડાયેલા બધા લોકોના સારા વિચાર પણ બહાર આવે છે.

-★-

તમારે તમારા જૂથને એ કહેવું કે 'તમે પણ મારી જેમ સફળ થઈ શકો છો' નકામું છે, પરંતુ એ કહેવુ વધારે યોગ્ય છે કે જો તમે ઈચ્છો તો તમે મારાથી પણ વધારે સફળ થઈ શકો છો.

-★-

લીડરશીપનો સંબંધ કોઈ પણ પદવીથી વધારે નેતાના વ્યવહાર પર છે કારણ કે નેતાનો વ્યવહાર જ અનુયાયિઓને વિચારવા સમજવા અને અનુભવ કરવાની રીત જ પ્રભાવિત કરે છે. મહાન નેતા સારી રીતે જાણે છે કે સારો વ્યવહાર તથા સાચી નજર રાખવાથી જ સારી રચના બની શકે છે અને બીજાઓથી સાચી પ્રતિક્રિયા મળે છે.

-★-

જો તમે સમજો છો કે વિકાસ માટે તમારા સહભાગીદારોમાં સુધારની આવશ્યકતા છે તો એ પણ સમજી લો કે એમને આનાથી વધારે આવશ્યકતા તમારા પ્રોત્સાહનની છે.

-★-

જો તમે તમારા તરફ કામ કરવાવાળાના પ્રતિ છુપાયેલા નેતાને જાણવા ઈચ્છો છો અને તેમનો વિકાસ કરવા ઈચ્છો

છો તો એના માટે તમારી અંદર ભવિષ્યની દષ્ટીનું હોવું ખૂબ જ જરૂરી છે.

-★-

એક નેતા નેતૃત્વ કર્યા વગર લોકોથી પ્રેમ કરી શકે છે પરંતુ જ્યારે નેતૃત્વની વાત આવે છે તો લોકોથી પ્રેમ કર્યા વગર નેતૃત્વ નથી કરી શકતો.

-★-

કોઈ પણ નેતા તેની તાકાતથી મહાન નથી બનતો એ તો બીજાને શક્તિશાળી તથા યોગ્ય બનાવવાની પોતાની યોગ્યતા તથા ગુણોના પ્રયોગ કરવાથી મહાન બને છે.

-★-

નિર્ણય

જે લોકો સૂઝ બૂઝની સાથે સાચા સમય પર સાચો નિર્ણય લે છે નસીબ એની જ મદદ કરે છે. યાદ રાખજો કે સાચા સમય પર કરેલો નિર્ણય જ ફળદાયી હોય છે.

-★-

જો તમારામાં સૂઝ-બૂઝની સાથે નિર્ણય લેવાની ક્ષમતા નથી તો તમે સાહેબ નેતા કે સફળ વ્યક્તિ ક્યારેય નહીં બની શકો.

-★-

બીજાની વાતોને ધ્યાનથી સાંભળો પણ પોતાનો નિર્ણય સમજી વિચારીને પોતાના વિવેકથી જ લેવો.

-★-

આ સમય તમે શું છો. જો તમે આ જ બનીને રહી ગયા તો તમે જે ક્યારેય એ નહીં બની શકો જે તમે બનવા ઈચ્છો છો.

-★-

તમે તમારા કામના ક્ષેત્રમાં પરિવર્તન ઉન્નતિના માટે કરો છો કે અવગતિના માટે કરો છો તે તમારા વિવેક પર આધાર રાખે છે.

-★-

એકવાર આગળ વધવાનો નિર્ણય લો તો હંમેશા આગળ વધતા જ રહો, જ્યાં સુધી તમારા પડાવ પર ન પહોંચો ત્યાં સુધી આગળ વધો.

-★-

જેને એકલા જાત્રા કરવાની છે તે આજે જ જઈ શકે છે અને જેને કોઈ બીજાની સાથે જાત્રા કરવાની છે તેને તેની રાહ જોવી પડે છે.

-★-

પુસ્તક

કોઈ પુસ્તકને વાંચ્યા પછી જો તમને બુધ્ધિમાન પૂર્વક અનુભવ અને નામમાત્રનો થાક મળે છે અને જ્યારે તેને વાંચતી વખતે તમને અનેક જીવન જીવી લેવાનો અનુભવ થઈ જાય છે તો આ એ વાતની સાબિતી છે કે જે પુસ્તક તમે વાંચ્યુ તે ઉત્તમ પુસ્તક છે.

-★-

જો આપણી પાસે એક બગીચો અને એક વાંચનાલય છે તો પછી આપણને બીજી કોઈ વસ્તુની જરૂરિયાત નથી. કારણ કે આ બંને આપણા એવા શિક્ષક છે જે આપણને જીવનનો દરેક પાઠ શીખવે છે.

-★-

જો આપણે સારી પુસ્તક વાંચીએ છીએ તો એનાથી આપણો આત્મવિશ્વાસ વધે છે અને આત્મસંતોષ પણ મળે છે.

-★-

સારી પુસ્તકો વાંચીને કે ગ્રહણ કરીને ફક્ત તમે તમારૂ જ નહીં પરંતુ તમારા પરિવાર અને સમાજનું પણ સારૂ કરો છો.

-★-

પુસ્તકો વાંચીને એ પુસ્તકોના લેખકના વિચારો તો તમે સમજો છો સાથે સાથે તમારૂ પોતાનું મગજ પણ મોટું સ્વરૂપ લે છે.

-★-

સમય મળતાં સારી પુસ્તકો વાંચી લો નહીંતર કદાચ આગળ તમને વાંચવાનો સમય જ ન મળે.

-★-

એક સારી પુસ્તક તમારા માટે સૌથી સારી મિત્ર સાબિત થઈ શકે છે આજે પણ અને ભવિષ્યમાં પણ.

-★-

પુસ્તકો આપણો સાથ હંમેશા નિભાવે છે. પછી ભલે આપણી પાસે કોઈ ન હોય.

-★-

સારી પુસ્તકો આપણને સાચો રસ્તો દેખાડે છે જ્યારે એક ખરાબ પુસ્તક આપણને ખોટા રસ્તા પર બહુ જ દૂર સુધી લઈ જાય છે અને આપણું જીવન પણ ખરાબ કરી દે છે.

-★-

પરિવર્તન

કોઈ પણ ક્ષેત્ર કેમ ના હોય તેમાં પરિવર્તન થાશે જ. પરિવર્તન થઈને જ રહેશે કારણ કે પરિવર્તન એ પ્રકૃતિનો નિયમ છે.

-★-

પરિવર્તન જાણે કેવું પણ કેમ ન હોય. તે આપણા જીવન માટે જરૂરી છે. પરિવર્તનથી જ આજે આપણે સુખનો અનુભવ કરી શકીએ છીએ.

-★-

પરિવર્તન પ્રકૃતિનો નિયમ છે અને આપણે આપણાં અહમ્‌ને દૂર રાખીને તેના મુજબ બદલાઈ જવું જોઈએ.

-★-

પરિવર્તન પ્રકૃતિનો નિયમ છે જો પ્રકૃતિ નહીં બદલાતી રહે તો આપણું જીવન આવું ના હોત, જે રૂપમાં આપણે જીવી રહ્યાં છીએ. કદાચ આપણે પ્રકૃતિની સાથે ના હોત.

-★-

પરિવર્તન આપણા જીવન માટે જરૂરી છે.જો આપણા જીવનમાં પરિવર્તન મહત્વનું નહીં હોય તો આપણે આજે પણ જૂનું પુરાણું

જીવન જીવી રહ્યાં હોત. સમયની સાથે જે લોકો નથી બદલ્યા ઈતિહાસ તેનો સાક્ષી છે કે તે લોકો નાશ પામ્યા અથવા પાછળ રહી ગયા.

-★-

આપણે સૌ પ્રથમ જે વસ્તુને બદલવાની જરૂર છે તે આપણે પોતે જ છીએ. જ્યારે આપણે જાણી લઈએ છીએ કે પોતાને બદલવા કેટલા મુશ્કેલ હોય છે. ત્યારે આપણે એ જાણી શકીએ છીએ કે બીજાને બદલવા તથા આપણા વિચારોને મનાવવા કેટલું અઘરું કામ છે.

-★-

તમે બીજાને બદલવા ઈચ્છો છો તો સૌથી પહેલા તમારે પોતાને બદલવા જોઈએ. ત્યારે જ તમે બીજાને બદલી શકો છો.

-★-

પરિસ્થિતિ

પરિસ્થિતિઓના વિષયમાં એટલું નક્કી છે કે એમાં પરિવર્તન થતું રહેશે કારણ કે આ પણ એક નિયમ છે.

-★-

એક સમજદાર વ્યક્તિ પરિસ્થિતિને સમજીને એને અનુરૂપ રહે છે અને મોટામાં મોટી મુશ્કેલીને પણ સહન કરી લે છે.

-★-

એક બુધ્ધિમાન વ્યક્તિ સમયને સારી રીતે સમજીને તેને પરિસ્થિતિને અનુકૂળ બનાવી લે છે જ્યારે એક સાધારણ વ્યક્તિ પરિસ્થિતિને સમજી જ નથી શકતો.

-★-

જીવનના કેટલીક પરિસ્થતિઓ એવી પણ આવે છે જેમાં આપણું વધારે બુધ્ધિમાન બનવું ખરાબ સાબિત થાય છે.

-★-

આપણી સામેની પરિસ્થિતિઓ એ અરીસો છે. જેમાં આપણે આપણી જાતને જોઈએ છીએ અને જાણીએ છીએ કે અનુકૂળ પરિસ્થિતિઓમાં આપણે લાભ ઉઠાવી શકીએ છે કે નહીં અને

વિપરિત પરિસ્થિતિઓથી દૂર રહેવાની શક્તિ આપણામાં છે કે નહીં.

-★-

સારી પરિસ્થિતિઓ જો નજર આવે છે તો પોતાના નક્કી કરેલા લક્ષ્યની તરફ આગળ વધવું જોઈએ. સારી પરિસ્થિતિઓ ના હોય તો આપણે એવા રસ્તા પર ચાલવુ જોઈએ જ્યાં મુશ્કેલીની સંભાવના ઓછી હોય.

-★-

ગતિમાન વાવાઝોડાની સામે જે વૃક્ષ નથી નમતું, અથવા તો એ જડથી ઉખડી જાય અથવા તૂટી જાય છે. પરિસ્થિતિઓની ગંભીરતાઓ સમજીને જે તરત જ નમી જાય છે વાવાઝોડામાં પણ તેનું નામશેષ ટકી રહે છે.

-★-

એક ફૂલદાનીમાં જેવી રીતે અલગ અલગ પ્રકારના ફૂલો હોય છે, તેવી જ રીતે એક પરિવારમાં અલગ અલગ પ્રકારની પ્રતિભાઓ પરિવારનું નામ રોશન કરે છે.

પરિવાર

કેટલાક લોકો એ તો જાણે છે કે ૧૦૦ વર્ષ પહેલા એમના પૂર્વજો ક્યાં રહેતા હતા, પરંતુ એમને એ ખબર નથી હોતી કે વીતેલી રાતે એમના છોકરા ક્યાં હતા.

-★-

બાળકો જેમ બનવા ઈચ્છે તેમને એવા બનવા દો. એમને પ્રોત્સાહન આપો. એમના પર પોતાની ઈચ્છા ન નાંખો.

-★-

જે વ્યક્તિ પોતાના પરિવારને સારી વાતો નથી શીખવાડી શકતો. તે બીજાઓને સારો માર્ગ કેવી રીતે દેખાડી શકે છે લોકો એની જ વાતો માને છે અને એનું જ અનુકરણ કરે છે જે પોતે સમાજમાં આદર્શ પ્રસ્તુત કરી ગયા હોય.

-★-

પોતાના બાળકને મહાન વ્યક્તિ બનાવતા પહેલા એને મહાન બાળક બનાવો.

-★-

જે પિતા બાળકને ફરજ નથી શીખવાડતો તે એટલો જ મોટો દોષી છે. જેટલી ફરજથી દૂર રહેવાવાળો છોકરો.

-★-

બાળકોને સાચા રસ્તા પર લાવવા માટે મા-બાપને પણ સાચા રસ્તે ચાલવું જોઈએ.

-★-

જેવી રીતે માળી બગીચાના ફૂલો માટે જવાબદાર હોય છે એવી રીતે પરિવારના મોટા માણસ એટલે કે માતા-પિતા જ બાળકોના આચાર-વ્યવહાર માટે જવાબદાર હોય છે.

-★-

એ સાચી વાત ધ્યાનમાં રાખો કે વૃધ્ધાવસ્થામાં જરૂરિયાતો થોડી હોય છે પણ એ થોડી જરૂરિયાતો બહુ મોટી હોય છે.

-★-

એમાં કોઈ શંકા નથી કે જે પરિવારમાં બધા એકબીજાથી પ્રેમ કરે છે તો જ વધારે સુખી પરિવાર છે ધ્યાનમાં રાખવાવાળી વાત એ છે કે જયાં પ્રેમ હોય છે ત્યાં જ સુખ હોય છે.

-★-

મહેનત

મહેનત કરવાવાળો ખરાબ ભાગ્યને પણ સારા ભાગ્યમાં બદલી લે છે. ખરેખર આળસ દુર્ભાગ્યનું પ્રતીક છે તો મહેનતથી સારા ભાગ્યની ગંગોત્રી નીકળે છે.

-★-

કઠિન મહેનત કરતી વખતે જો આપણે સૂઝ-બૂઝને અપનાવી લઈએ તો નિશ્ચિત રૂપથી એક મોટી સફળતા પ્રાપ્ત કરી શકીએ છીએ અને આળસને વળગી રહીશું તો ક્યારેય પણ કંઈ નહીં કરી શકીએ.

-★-

જો તમે કોઈ કામને એકલા કરી રહ્યાં હોય તો શું થયુ? તમે દુનિયામાં કંઈ કરી નહીં શકો. આજ સુધી દુનિયામાં જેટલા મોટા અને મહાન કામ થયા છે એ બધા કામ કોઈ એકલા વ્યક્તિએ જ કર્યા હતા.

-★-

વધારે મહેનત અને વધારે પડતી વ્યસ્તતા એ સરળ કામોનો સંગ્રહ છે. જેને તમે ત્યારે નથી કર્યુ જ્યારે તમારે એને કરવું જોઈતું હતું.

-★-

આજે મહેનત કરશો

તો કાલે સફળતા અવશ્ય મળશે

દરેક ખરાબ રાત પછી સુહાની અને ઉજળી સવાર આવે છે. લક્ષ્યને ધ્યાનમાં રાખીને મહેનત કરતા રહો સુખદ પરિણામ અવશ્ય મળશે જ.

-★-

જે લોકો જીવનમાં સફળ હોય છે તે પોતાના સારા અવસર પોતે જ તૈયાર કરે છે. અસફળ લોકોની જેમ બેઠેલા સારા અવસરની રાહ નથી જોતા.

-★-

પરોપકાર

પરોપકાર કરવો એ બધા માટે આવશ્યક કાર્ય છે. આપણે જીવનમાં કંઈક એવું કરીએ. જેનાથી બધાને કોઈને કોઈ રૂપમાં મદદ કરતા રહીએ.

-★-

તમે ક્યાંય જઈ રહ્યાં હોવ અને જો કોઈ વૃધ્ધ, અપંગ, ગરીબ અથવા બાળક મદદના લીધે તમે બોલાવી રહ્યાં હોય તો તમે તરત જ મદદ કરો. પીડિત માનવોની સેવા અને સહાયતા કરવી એ સૌથી મોટું પુણ્ય છે.

-★-

આપણે રોજ એક પરોપકાર કરવો જોઈએ. કોઈને કોઈ રૂપમાં આપણે કોઈની મદદ કરવી જોઈએ. ભગવાન પણ પોતાના અદૃશ્ય હાથોથી એમની જ મદદ કરે છે જે બીજાની મદદ કરે છે.

-★-

જો તમે કોઈ પર ઉપકાર ક્ર્યો છે તો એને કોઈની સામે બોલશો નહીં. આવું કરવાથી ઉપકારનું પુણ્ય ઘટી જાય છે.

-★-

કોઈ વધારે ગરીબ વ્યક્તિની આર્થિક મદદ કરવી એને હજાર

ઉપદેશ આપવાની અપેક્ષા વધારે સારી છે.

-★-

પરોપકાર એ કામ છે જે કરવાથી વ્યક્તિ મનનો સંતોષ પેદા કરે છે અને એને એ અનુભવ થાય છે કે એણે કંઈક કર્યું છે.

-★-

પ્રતિભા

પ્રતિભાશાળી વ્યક્તિને પૈસા પ્રાપ્ત થઈ શકે છે પરંતુ ધનવાન વ્યક્તિને પ્રતિભા પ્રાપ્ત કરવી મુશ્કેલ કામ છે.

-★-

મહાન વ્યક્તિના વિચાર તેના વ્યક્તિત્વની જેમ ઉત્તમ હોય છે.

-★-

કોઈ પણ વ્યક્તિની મહાનતા પોતાના કામોથી જાહેર થઈ જાય છે કારણ કે તેના દ્વારા કરેલું કામ જ બતાવી દે છે કે તે વ્યક્તિની અંદર કેવી મહાનતા છુપાયેલી છે.

-★-

મહાન વ્યક્તિ માટે કંઈ પણ અસંભવ નથી હોતું તેની માટે હંમેશા બધા જ કામો સરળ હોય છે અને તે બધા મુશ્કેલ કામોને પણ સરળ બનાવી દે છે.

-★-

મહાનતા એ વ્યક્તિનો એ અરીસો છે જેને જોઈને સમાજ તે વ્યક્તિની પાસે જાય છે મહાનતા વગર વ્યક્તિ સમાજના કોઈ કામે નથી આવી શકતો.

-★-

મહાનતાવાળા વ્યક્તિ પોતાના માટે ફાયદો કમાય તો છે તે જેના માટે કામ કરે છે તે તેનાથી પણ વધારે ફાયદો મેળવે છે.

પ્રેમ

પ્રેમ એ શબ્દ છે જેને જો તમે સમજી લીધો તો સમજવું કે તમે દુનિયાનું અડધું જ્ઞાન પ્રાપ્ત કરી લીધું.

-★-

પ્રેમ એ એક એવી અભિવ્યક્તિ છે જે સૌને પોતાની જાતે જ પોતાની તરફ ખેંચે છે અને લોકો પ્રસન્નતાપૂર્વક એની તરફ ખેંચાઈને આવે છે.

-★-

જે પ્રેમથી તમને મળે તેને દોડીને મળવું જોઈએ. પરંતુ જે દિલ ખોલીને દિલથી ન મળે તેને ક્યારેય પણ મળવાનો પ્રયત્ન ન કરો.

-★-

પ્રેમને અપનાવીને તમે દુનિયા જીતી શકો છો.

-★-

પ્રેમ એ એક એવી રમત છે જેને બે વ્યક્તિ જ રમી શકે છે અને તેમાં બંને વ્યક્તિ જ જીતે છે.

-★-

જો તમે કોઈને પ્રેમ કરો છો તો વાર ના લગાડશો ઊઠો અને કહો, હું તમને પ્રેમ કરૂ છું.

-★-

પ્રયત્ન

કોઈ પણ કામમાં અસફળતા અને નિરાશા તો હોય છે પરંતુ પ્રયત્ન કરવાથી કંઈપણ મળશે નહીં. કોઈ પણ વસ્તુ મનુષ્યને ત્યારે જ મળે છે જ્યારે તે હાથ આગળ વધારીને તેને મેળવવાનો પ્રયત્ન કરે છે.

-★-

પ્રયત્નોની સ્પર્ધા હંમેશા જીવતી રહી છે.

-★-

જ્યારે તમે પ્રયત્ન કરશો ત્યારે તમને ખબર પડશે કે તમે શું કરી શકો છો.

-★-

પોતાની જાતને દરેક કામ માટે કોઈ એવી રીતે પ્રયત્ન કરવો જોઈએ કે તમને દરેક સમય અનુભવ રહેતો હોય કે તમે સફળતા પ્રાપ્તિ માટે મુખ્ય કલાકારી નિભાવો છો.

-★-

વારંવાર પ્રયત્ન કરવાથી પણ જો તમને સફળતા ના મળે. તો પોતાના લક્ષ્ય પ્રાપ્તિ માટે કામની દિશા બદલી દેજો.

-★-

શું ખબર બીજી જ ક્ષણે તમને સફળતા મળવાની હોય. એટલા

માટે પોતાના લક્ષ્યને ના ભૂલો અને પોતાનો પ્રયત્ન ચાલુ રાખો.

-★-

મહત્વની વાત એ નથી કે તમે કેટલી ઉંચાઈ સુધી જવા ઈચ્છો છો, મહત્વની વાત એ છે કે તમે એ ઉંચાઈ પર પહોંચવા માટે શું, કેવી રીતે અને કયા સ્તરે પ્રયત્ન કરી રહ્યાં છો.

-★-

પ્રયત્ન ત્યાં સુધી કરતાં રહેવું જોઈએ. જ્યાં સુધી સફળતા ન મળે.

-★-

પ્રયત્ન કરવાવાળો વ્યક્તિ જ આશાવાદી હોય છે.

-★-

દઢ વિશ્વાસ સાથે કરેલી કોશિશ હારને પણ જીતમાં બદલી નાખે છે.

-★-

પ્રશંસા

મોઢા પર હસવાવાળા લોકો મને વધારે ગમે છે, ના કે મારા વખાણ કરવાવાળા.

-★-

ક્યારેય પણ એવા દોસ્તો અને સહભાગીદારીઓ પર વિશ્વાસ ન રાખવો જોઈએ જે હંમેશા તમારા વખાણ કરતા રહેતા હોય. ખરેખરમાં આવા લોકો મિત્રો કે સહભાગીદારીઓ નહીં પરંતુ ચાંપલા હોય છે.

-★-

મિત્રો અને સહયોગિઓના સારા ગુણોને જોઈને એમના ગુણોના વખાણ કરવા જોઈએ. જો તેમનામાં કોઈ દોષ કે અવગુણ છે તો તેને દૂર કરવાની સાચી રીત અને સાચો રસ્તો પણ દેખાડવો જોઈએ.

-★-

જો તમે ઈચ્છો છો કે બીજા તમારા વખાણ કરે તો પહેલા તમે બીજાને સાથ આપવો અને વખાણ કરતાં શીખો.

-★-

મશ્કરી કરવી એ તો બધા જાણે છે પરંતુ વખાણ કેવી રીતે કરવા એ બહુ ઓછા લોકો જાણે છે.

-★-

બીજા વ્યક્તિ દ્વારા તમારી તરફ કરાયેલા વખાણ જ વાસ્તવિક વખાણ હોય છે ના કે આપણા મોઢા દ્વારા કરાયેલી આપણી જ પ્રશંસા. પોતાના મોઢાથી પોતાની વાહવાહ બોલાવતો વ્યક્તિ મૂર્ખ કહેવાય છે.

-★-

તમારા કોઈ કામ પર જો લોકો વખાણ કરી રહ્યાં હોય તો તે જ તમારો સૌથી મોટી મહેનત છે.

-★-

જે વ્યક્તિ બીજાના વખાણને નિંદામાં બદલવા ઈચ્છે છે ખરેખરમાં તે વ્યક્તિ પોતાના વખાણ સાંભળવા ઈચ્છે છે.

-★-

પ્રસન્નતા ખુદને પ્રસન્ન કરવામાં નહીં, પરંતુ સાચી પ્રસન્નતા બીજાઓને પ્રસન્ન કરવામાં છે.

પ્રસન્નતા

હાસ્ય, સુખ અને પ્રસન્નતા એ એવા અત્તર છે, જેને તમે બીજા પર છાંટો, એટલી જ વધારે સુગંધ તમને મળે છે.

-★-

ખુશીને આપણે જેટલી વધારે વેચીશુ એટલી જ વધારે આપણી પાસે પાછી આવશે. કારણ કે આ વિખેરવા, પોતે સુંગધિત અને બીજાને સુગંધિત રાખવાની વસ્તુ છે.

-★-

પ્રકૃતિએ તમારા ચહેરાની માંસપેશિઓ અને શરીરના બીજા અંદરના અંગોની કસરત માટે તથા તમને આનંદ આપવા માટે હાસ્ય બનાવ્યું છે એટલા માટે વધારે હસવાનો પ્રયત્ન કરો.

-★-

દેવાથી મુક્ત રહેવાવાળો વ્યક્તિ ભૂખ્યો રહેવા પર પણ આનંદનો અનુભવ કરે છે.

-★-

તમે હસવા ઈચ્છો છો તો તમારી સાથે બધા હસશે પરંતુ જો તમે રડવા ઈચ્છો છો તો તમારે એકલા જ રડવું પડશે.

-★-

જો તમે પોતાની જાતને ખુશ રાખવા ઈચ્છો છો તો તમારે સારૂ ભોજન કરવું જોઈએ પરંતુ જો તમે બીજાને ખુશ કરવા ઈચ્છો છો

તો તમારે સારા કપડાં પહેરવા જોઈએ.

-★-

સુખી રહેવાનું સૌથી સારૂ સૂત્ર એ છે કે આપણને એટલો સમય જ ના હોય કે આપણે વિચારી શકીએ આપણે સુખી છે કે દુઃખી.

-★-

પ્રસન્નતા પોતાને ખુશ કરવામાં નથી પરંતુ સાચી પ્રસન્નતા બીજાને ખુશ કરવામાં છે. બીજાને આપેલી પ્રસન્નતા પોતાની આત્માને પણ ખુશ કરી દે છે.

-★-

તમારે જે પણ જોઈએ. એને તમે હાસ્યની તાકાતથી પ્રાપ્ત કરી શકો છો પરંતુ તલવારથી નહીં.

-★-

જો તમે તમારા જીવનમાં ફૂલના પથરાવી શકો તો ઓછામાં ઓછું તમારૂ હાસ્ય તો પાથરી શકો છો. તમારા હોઠો પર હાસ્ય રહેશે તો તમારો પરિવાર પણ હસતો રહેશે.

-★-

હાસ્ય એક એવી વિશ્વવ્યાપી ભાષા છે જેને આખી દુનિયા સમજી શકે છે.

-★-

જો તમે તમારા મનોરંજન માટે થોડો સમય નથી નીકાળી શકતા, તો નિશ્ચિતપણે જાણી લો કે ભવિષ્યમાં તમારે તમારી બીમારીના ઈલાજ માટે સમય નીકાળવો જ પડશે.

-★-

પ્રસન્ન અને મધુર વ્યક્તિ હંમેશા સફળતા પ્રાપ્ત કરે છે અને દુ:ખી વ્યક્તિ અસફળતાના નર્કમાં ઉતરી જાય છે.

-★-

જો તમને કોઈએ કહ્યું છે કે તમે કોઈ કામ નહીં કરી શકો તેવા સમયમાં જો તમે નક્કી કરી લીધું કે તમે એ કામને કરી બતાવશો અને એ કરી બતાવશો તો એ કામને પૂરું કરવાથી જે ખુશી તમને મળશે તે તમારા જીવનની સૌથી મોટી ખુશી હશે.

-★-

તમારા ચહેરાનું હાસ્ય એ દર્શાવે છે કે તમે ખુશ છો અને તમે સામેવાળા સાથે વાતચીત કરવા ઈચ્છો છો.

-★-

કોઈ પણ વ્યક્તિનો હસતો ચેહરો એ વ્યક્તિની અપેક્ષાથી વધારે સારો હોય છે, જે તમને પીવા માટે જયૂસ પ્રસ્તુત કરે છે.

-★-

બાળકો

તમે તમારા બાળકોની દેખભાળ કરો છો તે સારી વાત છે પરંતુ જો તમે તમારા બાળકોની દેખભાળ જરૂરિયાતથી વધારે કરો છો તો નિશ્ચિત રીતે જાણી લો કે તમે તમારા બાળકના વિકાસમાં વિઘ્ન છો.

-★-

કોઈ પણ મા-બાપના છોકરા ભલે બહુ ગુણવાન બની જાય પરંતુ ત્યારે પણ થોડાગણા તેઓ મા-બાપ પર નિર્ભર રહે છે.

-★-

મા-બાપે હંમેશા પોતાના બાળકોને લડતા ન રહેવું અને મારતા ન રહેવું જોઈએ. બાળકોને સારી શીખામણ આપવા માટે પ્રેમની જરૂરિયાત હોય છે.

-★-

જો તમે તમારા બાળકો માટે કંઈક કરવા માંગો છો તો તમારે તમારો થોડો સમય પોતાના બાળકો પર પણ અવશ્ય ખર્ચ કરવો.

-★-

તમે તમારા બાળકોને ફક્ત ઉપદેશ ના આપશો, પહેલા પોતે જ તે ઉપદેશ પર ચાલીને તેમની સમક્ષ ઉદાહરણ પ્રસ્તુત કરો

ત્યારે જ તે તમારું અનુકરણ તથા તમારા પર ગર્વ કરશે.

-★-

જો તમારા પરિવારમાં નાના બાળકો હોય, તો હોઈ શકે છે કે તેઓ તમારા ઘરની હાલત ખરાબ કરતાં હોય પરંતુ યાદ રાખો કે એમના જ હોવાથી તમારૂ ઘર બને છે.

-★-

બુધ્ધિમાન વ્યક્તિના સુવિચારપૂર્ણ વાક્ય તેને ફૂલોના હારનો હકદાર બનાવે છે. જ્યારે એક મુર્ખની અશ્લીલ વાતો તેની બેઈજ્જતી કરાવે છે.

બુધ્ધિમાની

પોતાના કામો પરિણામનો વિચાર પહેલેથી જ કરી લેવો તે બુધ્ધિમાનીનું લક્ષણ છે.

-★-

જો તમે બીજાના વિશે જાણો છો તો તમે વિદ્વાન કહેવાઓ છો અને જો તમે બીજાની સાથે સાથે પોતાના વિશે પણ જાણકારી રાખો છો તો તમે બુધ્ધિમાન કહેવાઓ છો.

-★-

જેમ જેમ આપણે આપણા દિમાગનો ઉપયોગ કરીએ છીએ તેમ તેમ આપણું દિમાગ શક્તિશાળી અને ચાલાક બને છે.

-★-

તમારી યાદશક્તિ તમારા દિમાગની ચોકીદાર છે. કારણ કે યાદશક્તિ જ એ બધી વસ્તુઓની જાણકારી આપે છે, જેની આપણને જરૂર પડે છે.

-★-

જે તમારા માટે નકામું છે તેના પર તમારે વિચાર ના કરવો જોઈએ કારણ કે જો તમે એમાં જ ઉતરેલા રહેશો તો તમારા મહત્વપૂર્ણ અને સર્વોત્તમ કામો જ રહી જશે.

-★-

કોઈ પણ વાતને સરળ રીતે પ્રસ્તુત કરવી અથવા કહેવી જ બુધ્ધિમાની છે.

-★-

પરિસ્થિતિઓને અનુરૂપ પોતાની જાતને વાળી લેવી એ જ એક બુધ્ધિમાનીનું લક્ષણ છે.

-★-

મહત્વની વાત એ નથી કે તમે કેટલી મહેનત કરો છો પરંતુ મહત્વની વાત એ છે કે તમે તમારા કામને કેટલી સૂઝ-બૂઝથી કરો છો.

-★-

અક્કલવાળો વ્યક્તિ કામ કરતા પહેલા વિચારે છે જ્યારે મૂર્ખ વ્યક્તિ કામ કર્યા પછી.

-★-

બુધ્ધિમાન લોકો સમય પૂરો કરવા માટે વાતો નથી કરતાં પરંતુ તે હંમેશા સમયના બચતની વાતો કરે છે.

-★-

હાથોથી પહેલા દિમાગને તાકાતવર બનાવો કારણ કે જો તમારી પાસે સ્વસ્થ અને તંદુરસ્ત મગજ છે તો તમારા હાથ પણ સારું કામ કરશે.

-★-

બીજીવાર વિચારેલા વિચાર જ તમારી બુધ્ધિનો અને સ્વસ્થ મગજનો પરિચય આપે છે.

-★-

જે કામ તમારા મગજમાંથી નીકળેલી કેટલીક યુક્તિઓથી

સંભવ થઈ શકે છે. તે ક્યારેય તાકાતથી પુરું નથી થતું.

-★-

જો તમે ઈચ્છો છો કે લોકો તમને યોગ્ય સમજે તો તમે હંમેશા ઓછું બોલો કારણ કે બુધ્ધિમાનની વાત કહેવાની અપેક્ષા કરતા બુધ્ધિમાન દેખાવું વધારે સરળ છે.

-★-

બુધ્ધિમત્તા એ વાતને જાણવામાં છે કે તમારે શું જોઈએ છે, કેવી રીતે જોઈએ છે, શું કરવુ છે અને શું નથી કરવું.-

-★-

પોતાની સમજને વધારવા માટે થોડું વાંચવાનું, વધારે વિચારવાનું, ઓછું બોલવાનું અને વધારે સાંભળવાનું બહુ જરૂરી છે.

-★-

કોઈ પણ બુધ્ધિમાન વ્યક્તિ પોતાના કામને એવી રીતે ચાલુ કરે છે કે એ કામથી તેને ભવિષ્યમાં લાભ પ્રાપ્તિ થતી રહે. એ નહીં કે જે તેની પાસે છે તે પણ ચાલ્યું જાય.

-★-

તમારી અંદર રહેલી એ શક્તિનો કોઈ ઉપયોગ નથી. જ્યાં સુધી તમારામાં એનાથી બેવડી બુધ્ધિમત્તા ના હોય.

-★-

વર્તમાનને સમજવાવાળો વ્યક્તિ જ બુધ્ધિમાન છે.

-★-

બૉસ

તમે એટલી લાંબી રજા તો લો કે તમારો સાહેબ તમને યાદ કરવા લાગે પરંતુ એટલી વધારે લાંબી રજા ક્યારેય પણ ના લેશો કે સાહેબ તમારા વગર કામ કરવા તૈયાર થઈ જાય.

-★-

જો તમે દરરોજ આઠ કલાક કામ કરીને તમારા સાહેબથી આગળ વધી શકો છો તો એ નિશ્ચય કરી લો કે રોજના બાર કલાક કામ કરવાથી તમે પોતે સાહેબ બની શકો છો.

-★-

આપણે આપણા નીચે કામ કરવાવાળાઓને એ ના કહેવું જોઈએ કે એમણે કામ કેવી રીતે કરવાનું છે આપણે તો ફક્ત એ જ બતાવવું જોઈએ કે તેમણે શું કરવાનુ છે. તે લોકો જાતે જ પોતાની યોગ્યતા અને સૂઝ-બુઝથી કામને પૂરું કરવાની રીત શોધી લેશે જેને જોઈને બધા આશ્ચચકિત થઈ જશે.

-★-

ભય

આપણે કોઈ પણ પરિસ્થિતિમાં ડરવુ ના જોઈએ કારણ કે ડરી-ડરીને જીવવું એ કાયરતા છે.

-★-

તમે પોતાના પ્રયત્નથી પોતાની ક્ષમતાઓને એવી રીતે વધારી શકો છો કે તમે એ કામ કરવા લાગો, જેને કરતી વખતે તમે ડરો છો. એ કામમાં જેમ-જેમ તમને સફળતા મળતી જશે તેમ તેમ તમારી ક્ષમતાઓ વધતી જશે અને તમારા અંદરનો ડર હંમેશા માટે દૂર થઈ જશે.

-★-

તમારો ડર તમારા મનની નકામી ઉપજ છે. તેને નીકાળીને ફેંકી દો. આ ફક્તના તમારા આત્મવિશ્વાસને ખતમ કરે છે પરંતુ તમારા ઉજ્જવળ ભવિષ્યને પણ સમાપ્ત કરી દે છે.

-★-

વિધિના લેખ છે જે થવાનું છે એ થઈને જ રહેશે. એટલા માટે શંકા તથા ભયમાં દિવસો ના ગુજારશો પરંતુ સુખ અને શાંતિની સાથે વર્તમાન જીવો તથા સૂઝબૂઝની સાથે ભવિષ્યને સારૂ કરવાનો પ્રયત્ન કરો.

-★-

પોતાના ડરને નાબુદ કરવા માટે પહેલા એ જ કાર્યને કરો જેને કરવામાં તમને ડર લાગે છે.

-★-

નસીબ પૈસાથી નહીં
પરંતુ મહેનતથી ખરીદાય છે.

ભાગ્ય

જો તમારી પાસે થોડો દૃઢ નિશ્ચય, થોડી હિંમત, થોડી સૂઝબૂઝ, થોડી ધીરજ અને થોડી મહેનત કરવાની ઈચ્છા છે તો તમે સમજી લો કે તમારી પાસે નસીબનો ભંડાર છે. પડાવની તરફ એક કદમ આગળ ચાલતા પડાવ પોતે ચાર કદમ આપણી તરફ આવશે.

-★-

તમારા વિચાર તમારી દૃષ્ટી તમારો આત્મવિશ્વાસ, તમારી સુઝબુઝ, તમારા શબ્દ, તમારી મહેનત, તમારી ધીરજ અને તમારૂ કામ તમારા ભાગ્યનું નિર્માણ કરે છે.

-★-

તમે જેટલી મહેનતથી પ્રયત્ન કરશો, તેટલા જ તમે ભાગ્યશાળી બનતા જશો. માટે કોશિશ એવી કરો જે ભાગ્યવર્ધક હોય.

-★-

નસીબ તમારો સાથ ભલે ન આપે પરંતુ તમારી સાવધાની અને તમારી સૂઝ-બૂઝ હંમેશા તમારો સાથ આપશે.

-★-

ભાગ્ય એ સંયોગની વાત નથી પરંતુ એ તો આપણા પસંદની વાત છે કે આપણે આપણા ભાગ્ય માટે કઈ દિશા પસંદ કરી છે.

-★-

કામ કરવાવાળો વ્યક્તિ પોતાના કર્મમાં વિશ્વાસ કરે છે અને આળસુ વ્યક્તિ હંમેશા કોઈ ચમત્કારની રાહ જુએ છે.

-★-

આપણું નસીબનું ચક્ર હંમેશા ફરતું રહે છે. જો તે અમને ક્યારેક પાડે છે તો એટલું અવશ્ય ધ્યાનમાં રાખવું કે તે આપણને ઉઠાડે પણ છે.

-★-

અસફળ અને સામાન્ય વ્યક્તિ હંમેશા નસીબમાં વિશ્વાસ કરે છે જ્યારે બુધ્ધિમાન અને સફળ લોકો કામને સૂઝ-બૂઝ અને સારી રીતે કરવામાં વિશ્વાસ રાખે છે.

-★-

ભાગ્યશાળી લોકોની પરેશાની એ છે કે જ્યારે ભાગ્યનો ઉપયોગ કરવાનો સમય આવે છે ત્યારે તે પોતાના નસીબનો ઉપયોગ કરવાનું બંધ કરી દે છે.

-★-

આપણે આપણા નસીબના નિર્માતા પોતે જ છીએ, કારણ કે આપણે જેટલું કામ કરીશું એટલું જ ફળ પ્રાપ્તિ થાશે.

-★-

નસીબના વિષયમાં નિશ્ચિત વાત એ કહી શકીએ છીએ કે જો આપણે ઈચ્છીએ તો અવશ્ય બદલીશું. સૌભાગ્ય અને દુર્ભાગ્યની રેખાઓ કર્મોથી જ બને છે અને બગડે છે.

-★-

નસીબ જેને પ્રેમ કરે છે તેને સમજદાર બનાવી દે છે પરંતુ જે લોકો ભાગ્યથી પ્રેમ કરે છે નસીબ તેમને મૂર્ખ બનાવે છે.

-★-

જે લોકો એમ કહે છે કે તેમને જીવનમાં પ્રસંગ મળ્યો નથી તો એ સાચું સમજો કે તે કાયર આળસુ અને દુર્બળ મનનો છે.

-★-

જેવી રીતે હીરાને ઘસ્યા વગર ચમકાવાતો નથી, બસ તેવી રીતે શિક્ષણ અને સંઘર્ષ વગર કોઈ પણ વ્યક્તિને તેના નસીબને સજાવી નથી શકતો.

-★-

સૂઝ બૂઝની સાથે કરેલો પરિશ્રમ નસીબને ચમકાવી શકે છે.

-★-

ઘણીવાર જોવામાં આવ્યું છે કે આપણી મૂર્ખતાથી બીજાનું નસીબ બની જાય છે.

-★-

જો તમારા ભાગ્યમાં પૈસા મળવાનું લખ્યું છે તો તે તમને રણમાંથી પણ મળી જશે પરંતુ આની માટે તમારે પરિશ્રમ

કર્યા પછી પણ રાહ જોવી પડશે.

-★-

કોઈ આવશે અને તમારા નસીબનો દરવાજો ખોલશે આવી રીતે પ્રતિક્ષામાં બેસી રહેવું તે મૂર્ખતા છે. એટલા માટે ઊઠો, જાગો અને સૂઝ-બૂઝની સાથે મહેનત કરીને પોતાના નસીબનો દરવાજો પોતાની જાતે જ ખોલો.

-★-

સારું-ખરાબ

તમે બધાનું સારૂ નથી કરી શકતા તો શું થયું, ભલાઈની ભાષા હંમેશા બોલી શકીએ છીએ, આનાથી સારૂ કંઈ જ નથી.

-★-

તમારૂ મહત્વપૂર્ણ હોવું સારી વાત છે પરંતુ તમારી અંદર આશા હોવી એ પણ સારી વાત છે.

-★-

કોઈને નુકશાન ન પહોંચાડવાવાળા લોકો આડકતરી રીતે બીજાનું સારૂ કરે છે.

-★-

ભાગ્યના પ્રભાવથી ઘટતી દરેક ઘટના માટે સારપ છુપાયેલી હોય છે.

-★-

મહાનતા

કેટલાક એવા લોકો હોય છે જે જન્મથી જ મહાન હોય છે. કેટલાક એવા લોકો હોય છે જે પોતાની મહેનત અને સૂઝ-બૂઝથી મહાનતા પ્રાપ્ત કરે છે અને કેટલાક એવા લોકો પણ હોય છે જેના પર મહાનતા નાખી દેવામાં આવે છે.

-★-

થોડીક મુશ્કેલી મળતાં જ લોકો કહેવાનું શરૂ કરે છે પરંતુ જે વ્યક્તિ વધારે મુશ્કેલી મળ્યા પછી પણ ચુપ રહે છે તે જ એક દિવસ મહાન બને છે.

-★-

ઈશ્વર આપણને મહાન બનાવવા ઈચ્છે છે તો તે આપણને મુશ્કેલીના રસ્તા પર ચલાવીને આગળ વધારે છે. દુઃખોની આગ તપીને જ કુંદન સોનુ બને છે.

-★-

જે વ્યક્તિ પોતાની મહત્વતા પોતે જ સમજે છે, એને કોઈ પણ અપમાનિત નથી કરી શકતું.

-★-

મિત્રતા-દોસ્તી

જે સુખ દુ:ખમાં સંકટના સમયમાં અથવા કોઈ બીજી મુશ્કેલીમાં તમારા કામમાં આવે તે જ તમારો સાચો મિત્ર છે.

-★-

એક સાચો મિત્ર તમને સાચી સલાહ આપશે અને તમારી મજબુરી પણ સમજશે જ્યારે એક નાલાયક મિત્ર તમને સલાહ તો આપશે પરંતુ એ સલાહમાં કોઈને કોઈ નકામાપણુ જરૂર હશે જ. એને તમારી મજબૂરીથી કોઈ સંબંધ નથી એટલા માટે મિત્રતા હંમેશા સમજી વિચારીને કરવી જોઈએ.

-★-

જો તમે ઈચ્છો છો કે તમે કોઈની સાથે તમારી મિત્રતા બનાવી રાખો તો તમે તમારા મિત્રના વખાણ સાર્વજનિક રીતે કરતા રહો અને તેની નિંદા ભૂલથી પણ ના કરો.

-★-

તમે દુર્ભાગ્યથી ઘેરાઈ ચૂક્યા છો તો ધ્યાન રાખો કે આ જ એ સમય છે જ્યારે તમને તમારા મિત્ર અને શત્રુઓની ખબર પડશે.

-★-

બુધ્ધિની કોઈ સીમા તો હોઈ શકે છે, પરંતુ મૂર્ખતાની કોઈ જ હદ નથી હોતી.

મૂર્ખતા

મેં અત્યાર સુધી એવા કોઈ ગધેડા નથી જોયા જે મનુષ્યની જેમ વાત કરતા હોય પરંતુ હું એવા બહુ લોકોની જરૂર મળેલો છું જે હંમેશા ગધેડાની જેમ વાત કરતા હોય છે. કોઈને સવાલ પૂછવો એ થોડી મૂર્ખતા છે પરંતુ કોઈને સવાલ નહીં કરવો એ સૌથી મોટી મૂર્ખતા છે.

-★-

જો એક ધન વગરનો મૂર્ખ પૈસાદાર બની જાય છે.ત્યારે પણ તે બુધ્ધિમાન ક્યારેય નહીં હોતો પરંતુ ત્યારે તે પૈસાદાર મૂર્ખ બની જાય છે.

-★-

બીજાની મશ્કરી ઉડાવવી અને બીજાને નાના દેખાડવું એ મૂર્ખની આદત છે એટલા માટે આપણે તરત એવી આદત છોડી દેવી જોઈએ.

-★-

બુધ્ધિની હદ હોઈ શકે છે પરંતુ મૂર્ખતાની કોઈ હદ નથી હોતી.

-★-

મૂર્ખ લોકોને જે સલાહ આપે છે એ લોકોને પોતાને જ સલાહ મેળવવાની વધારે જરૂર છે.

પોતાના પર આધાર રાખવાની જગ્યાએ બીજા પર આધાર રાખવો એ બેવકૂફી છે.

-★-

જે બીજા વ્યક્તિઓના ઝઘડામાં કારણ વગર દખલગીરી કરે છે તેમને પોતાનું નાક જ કપાવવું પડે છે.

-★-

ભણેલો-ગણેલો મૂર્ખ, ન ભણેલા મૂર્ખથી અધિક મૂર્ખ હોય છે કારણ કે શિક્ષિત હોવા પર પણ તેને એટલી સમજ નથી હોતી કે તે શું કરે છે.

-★-

આપણે કેટલાક લોકોને જ મૂર્ખ બનાવી શકીએ છીએ બધાને નહીં.

-★-

ભુલથી પણ મુર્ખ લોકોનો અથવા નકારાત્મક વિચારોવાળા લોકોથી મળવું ના જોઈએ કારણ કે મળ્યા પછી જો તમે સમજદાર છો તો ગધેડા દેખાશો અને તમે નાસમજ છો તો તમે વધારે નકામા અને મૂર્ખ દેખાશો.

-★-

મુર્ખ લોકો બધું કરી શકે છે પરંતુ બુધ્ધિમાનોનો આદર ક્યારેય પણ નથી કરી શકતા.

-★-

યશ-પ્રસિદ્ધિ

પ્રતિષ્ઠા વગર શ્રેષ્ઠતા સારી તો છે પરંતુ કોઈ પણ પ્રકારની શ્રેષ્ઠતા વગર પ્રતિષ્ઠતાનું કોઈ મૂલ્ય નથી.

-★-

ક્યારેક-ક્યારેક આપણી કિર્તી ચારે બાજુ એટલી બધી ફેલાઈ જાય છે કે તે આપણા માટે માથાનો દુઃખાવો અને ભારણ બની જાય છે.

-★-

તમને તમારી શ્રેષ્ઠતા ત્યારે જ દેખાશે જયારે તમે બીજાની સરખામણીમાં પોતને વધારે સવાલ પૂછશો.

-★-

કિર્તી પ્રાપ્ત કર્યા વગર કોઈ પણ સફળ વ્યક્તિ પોતાને સફળ જાહેર કરી શકતો નથી કારણ કે ખરેખરની સફળતા નામનાથી મળે છે, જ્યારે સમાજ તમને ઓળખી લે છે.

-★-

તમારી નામના ત્યારે ફેલાય છે જ્યારે તમે કોઈ શ્રેષ્ઠ કામ કરો છો.

-★-

પ્રસિધ્ધ વ્યક્તિની વાતોનો આદર આખો સમાજ કરે છે જ્યારે અપ્રસિધ્ધ વ્યક્તિની કરેલી વાતો સમાજમાં દબાઈ જાય છે. આવું એટલા માટે કારણ કે અપ્રસિધ્ધ વ્યક્તિનું સમાજમાં કોઈ ખાસ મહત્વ નથી હોતું.

-★-

યુવા પેઢીએ વૃદ્ધોનું સન્માન કરવું જોઈએ, કારણ કે
સમયની સાથે તેમને પણ વૃધ્ધ બનવું પડે છે.

યુવા પેઢી

યુવાન મિત્રો, શું તમને ખબર છે કે તમારામાં જેટલી ક્ષમતા છે. એટલા જ અધિકાર તમને પ્રાપ્ત થાશે કે આગળ પ્રાપ્ત થાશે જો ના તો તમે તરત જ તેની ખબર કરો.

-★-

આ સ્પર્ધાથી ભરેલો સમય છે. જો તમે પ્રતિયોગિતા માટે તૈયારી કરવામાં વ્યસ્ત નથી તો ધ્યાન રાખો કે તમે એક વધારે સ્પર્ધાને જન્મ આપી રહ્યાં છે.

-★-

યુવાન પેઢી દેશ, સમાજ અને વિશ્વની આશા છે કારણ કે ભવિષ્યમાં એક દિવસે આખા જગતને તેના પર આશરો રાખવો પડે છે.

-★-

યુવાનોએ હંમેશા સતર્ક રહેવું જોઈએ કારણ કે સર્તક રહેવાથી જ એમને સફળતાનો રસ્તો મળશે.

-★-

યુવાનાવસ્થામાં વ્યક્તિ બધું જ પ્રાપ્ત કરી શકે છે. જે એના જીવન માટે આવશ્યક છે, જો તેઓ આવુ ના કરી શકે તો સમજો

કે જરૂરિયાતની આંધળી સ્પર્ધા અને જીવનના રસ્તામાં એ પાછળ પડી ગયા.

-★-

યુવા આશાવાન હોય છે આથી એટલું સતર્ક રહેવાની જરૂર છે કે તે સરળતાથી દગો ના ખાઈ શકે.

-★-

યોગ્યતા

જે લોકો પાસે યોગ્યતા છે ફક્ત એ જ સારા પ્રસંગો અને પરિવર્તન માટે હંમેશા તૈયાર રહે છે.

-★-

જો તમારી પાસે ઉત્તમ યોગ્યતા છે તો તમારો સતત પ્રયત્ન એમને સર્વોત્તમ બનાવી દેશે. જો તમારી પાસે સામાન્ય યોગ્યતા છે તો તમારો રોજનો પ્રયત્ન એમને સુધારીને વિશેષ યોગ્યતામાં પરિવર્તિત કરી દેશે.

-★-

તક યોગ્ય વ્યક્તિઓ માટે હોય છે. યોગ્ય વ્યક્તિ જ તકનો લાભ ઉઠાવે છે તે સમયનો દુરુપયોગ નથી કરતા અને હંમેશા સફળ થાય છે.

-★-

જો તમે તમારી યોગ્યતાને બીજાની સામે જણાવવા ઈચ્છો છો અને એ ઈચ્છો છો કે બીજા પણ તમારી યોગ્યતાનું સન્માન કરે તો તમારે પહેલા બીજાઓની યોગ્યતાનું સન્માન કરવું જોઈએ.

-★-

કોઈ પણ વ્યક્તિની સાથે યોગ્યતાનું હોવુ એ જરૂરી છે. યોગ્યતાઓથી જ વ્યક્તિ સફળતા પ્રાપ્ત કરી શકે છે.

-★-

યોગ્ય વ્યક્તિ સમાજમાં આદરને પાત્ર હોય છે કારણ કે એની યોગ્યતા દેશ અને સમાજ માટે અત્યંત જરૂરી છે.

-★-

ધ્યેય

તમારા જીવનનો ધ્યેય બનાવો અને તમારી બધી ક્ષમતા એમાં લગાવી દો. તમે પોતે જ જોશો કે ધ્યેય તમારી નજીક છે.

-★-

જો તમે બે બસોની પાછળ ભાગશો તો કોઈને પણ તમે નહીં પકડી શકો કારણ કે તમે એ નક્કી જ નથી કર્યું કે તમારે કઈ બસ પકડવાની છે અને તેમાં ક્યાં સુધી જવાનું છે.

-★-

સફળતા મેળવવી, ઉન્નત થવું અને આગળ વધવું એ દરેક વ્યક્તિના જીવનનો પહેલો ધ્યેય હોય છે તો પણ મને એ સમજમાં નથી આવતું કે દરેક વ્યક્તિ ધ્યેય પ્રાપ્તિ માટે સૂઝબૂઝની સાથે પ્રયત્ન કેમ નથી કરતા.

-★-

જો તમે તમારા જીવનનો કોઈ ધ્યેય જ નથી બનાવ્યો તો તમારા નસીબમાં અસફળતા, મુશ્કેલીઓ સિવાય કશું જ નહીં આવે કારણ કે આપણે ઈંટો અને ગારે-માટીના ઢગલાને ઈમારતનો ના કહી શકીએ.

-★-

મહત્વની વાત એ નથી કે તમે ક્યાં જવા ઈચ્છો છો પરંતુ મહત્વની વાત એ છે કે તમે ત્યાં કેવી રીતે પહોંચશો.

-★-

જેમના ધ્યેય
નથી હોતા એ
બીજા માટે
કામ કરે છે.

જેમના ધ્યેય હોય
છે, બીજા લોકો
એમના માટે કામ
કરે છે.

મનુષ્યને પોતાના ધ્યેય પ્રાપ્તિ માટે હંમેશા પ્રયત્ન કરતા રહેવું જોઈએ કારણ કે જો કોઈ કુતરો પણ કાંઈક શોધતા ચાલી રહ્યો છે તો એને પણ ક્યાંકને ક્યાંક કોઈ અને કોઈ હાડકાં મળી જાય છે. બસ એવી જ રીતે કોઈ અજ્ઞાની પણ ધ્યેય પ્રાપ્તિ માટે સતત પ્રયત્ન કરતો રહે તો એને પણ થોડી ઘણી સફળતા અવશ્ય મળે છે.

-★-

જો તમે તમારા જીવનમાં કોઈ મોટું ધ્યેય બનાવો છો અને એની પ્રાપ્તિ માટે સુઝ-બુઝની સાથે પ્રયત્ન કરો છો તો તમે આશા કરી શકો છો કે ક્યારેકને ક્યારેક તમે તે પ્રાપ્ત કરી શકો છો.

-★-

જે વ્યક્તિ એ નથી જાણતો કે તેને ક્યાં જવું છે, એને મંજીલ ક્યારેય નથી મળતી. એટલા માટે પડેલા પોતાની મંજીલ નક્કી કરો પછી એની તરફ આગળ વધો.

-★-

કહેવાય છે કે જીવન એકવાર જ મળે છે અને જો તમે પોતાના સાચા ધ્યેય-પ્રાપ્તિનો પ્રયત્નની સાથે સૂઝ-બુઝથી જીવો છો, તો ઉપલબ્ધિયોની સાથે તમારૂ આ જ જીવન પૂરતું છે.

-★-

મહત્વની વાત એ નથી કે તમે કયો ધ્યેય નક્કી કર્યો છે પરંતુ મહત્વની વાત એ છે કે તે ધ્યેયને પ્રાપ્ત કરવા માટે તમે શું કરો છો.

-★-

તમારે કોઈને કોઈ ધ્યેય રાખીને જીવનમાં આગળ વધવું જોઈએ પરંતુ એ અવશ્ય ધ્યાનમાં રાખો કે તમારો એ ધ્યેય પ્રાપ્ત કરવા યોગ્ય છે કે નહીં.

-★-

જો તમે તમારો ધ્યેય નક્કી કરી લીધો હોય તો એ નક્કી છે કે તમારી સફળતા તમારાથી વધારે દૂર નથી. હવે એ જરૂરી છે કે સૂઝ-બૂઝની સાથે તે પ્રયત્નોને હિંમત આપવી.

-★-

ચકલી એટલા માટે નથી ગાતી કે એની પાસે કોઈને જવાબ આપવા માટે કંઈક છે, એ તો એટલા માટે ગાય છે કે એની પાસે ગાવા માટે કંઈક છે. વ્યક્તિગત યોગ્યતા અને ક્ષમતાઓ મુજબ પોતાને નિખારવુ એ જ જીવનનો ધ્યેય હોવો જોઈએ.

-★-

પોતાના ધ્યેયને ક્યારેય ન ભૂલો અને ના તો તેનાથી દૂર થાઓ. ધ્યેયને ભૂલી જવું અથવા તેનાથી દૂર જવું ખૂબ જ મુશ્કેલભર્યું સાબિત થાય છે. નહિંતર ધ્યેય વગરના થવા પછી જે પણ તમને મળશે તેમાં જ તમારે સંતોષ મેળવવો પડશે.

-★-

પોતાના મહત્વના ધ્યેયોની પ્રાપ્તિ માટે એ વધારે જરૂરી છે કે તમે એક વિધિવત્ કાર્ય અને યોજના તૈયાર કરો. પછી એના પર સુઝ-બુઝની સાથે અમલ કરો અને સમય-સમય પર પોતાની પ્રગતિ અને ઉન્નતિનુ મૂલ્યાંકન પણ કરો. જો ક્યાંય જરૂર પડે તો પોતાના કાર્યમાં થોડા ઘણા સંશોધન

કરીને પોતાના ધ્યેયમાં સુધારો પણ જરૂર કરો.

-★-

નાની અસફળતાની નિરાશાથી બચવા માટે તમારે મોટા ધ્યેય બનાવવાની અને એને પૂરો કરવા માટે સૂઝ-બુઝની સાથે પુરી પ્રામાણિકતાથી પ્રયત્ન કરવો જોઈએ.

-★-

જો તમે તમારો ધ્યેય મોટો બનાવ્યો છે અને તમે તમારા જીવનમાં કંઈક સારૂ કરવા ઈચ્છો છો તો તમારે આરામદાયક સ્થિતિ અને પોતાની પ્રશંસાથી દૂર રહેવું જોઈએ.

-★-

જો તમે તમારા ધ્યેય સુધી પહોંચવા ઈચ્છો છો તો તમારામાં આત્મવિશ્વાસ, ઉત્સાહ અને સાહસ જરૂરી છે. એટલા માટે ક્યારેય ભૂલથી પણ તેમાં ખોટ ના થવી જોઈએ નહીંતર તમારે તમારા ધ્યેયને ક્યારેય પ્રાપ્ત નહીં કરી શકો.

-★-

સફળતાની ઊંચાઈઓ સુધી ભલે તમે ન પહોંચી શકો પરંતુ તમે એને મેળવવાનો પ્રયત્ન હંમેશા કરતા રહો અને ધ્યેય પર પોતાની નજર એવી રીતે ટકાવી રાખો. જેવી રીતે અર્જુને માછલીની આંખ પર પોતાની આંખ ટકાવી રાખી હતી.

-★-

વધારે પડતા એ જ લોકો સફળ થાય છે જેમણે પોતાના ધ્યેય નક્કી કર્યા અને પછી તે ધ્યેય પ્રાપ્તિ માટે સૂઝ-બુઝની સાથે કઠિન મહેનત કરી. ધ્યેય પ્રાપ્તિ પછી એમને શું મળ્યું

એ મહત્વનુ નથી, મહત્વની વાત એ છે કે ત્યાં સુધી પહોંચવા માટે તે શું બની જાય છે.

-★-

જે વ્યક્તિના જીવનમાં કોઈ ધ્યેય છે જ નહીં તે વ્યક્તિ વૃક્ષના તૂટેલા પાંદડાની જેમ છે, જે અહીં તહીં ભટકતા રહે છે પરંતુ જીવનભર સફળ નથી થઈ શકતા.

-★-

ધ્યેય નક્કી કરતી વખતે સકારાત્મક વિચારની સાથે પ્રેમની શારીરિક-માનસિક અને આર્થિક ક્ષમતાનું અવલોકન જરૂર કરો. ક્યાંક એવું ના થાય કે તમારો ધ્યેય તમારી વાસ્તવિક ક્ષમતા કરતા ઉપર હોય.

-★-

કુબેરના ભંડારની જેમ દુનિયામાં બીજા ઘણા એવા ખજાના છે જે ફક્ત તમારો સાચો ધ્યેય અને સમજદારીની સાથે જ ખુલે છે, નહીંતર નહીં.

-★-

ફાયદો-નુકશાન

ફાયદો અને નુકશાન એ વ્યવસ્થાના બે ભાગ છે જેનાથી ખબર પડે છે કે તમે શું મેળવ્યું છે અને કેટલાનું નુકશાન ઉઠાવ્યું છે.

-★-

વેપારમાં ફાયદો અને નુકશાન દરેક સમયે સરખો હોય છે પરંતુ આપણે વધારે ફાયદો મળે તે પ્રયત્નમાં રહેવું જોઈએ.

-★-

જો તમને કોઈ પણ પ્રકારનું નુકશાન થઈ રહ્યું હોય તો તેના તરફ તમારે વધારે ચિંતા ના રાખવી જોઈએ. ઉપરથી લાભપ્રાપ્ત કરવાની નવી નવી રીતોની સાથે કંઈક શ્રમ કરવો જોઈએ.

-★-

હંમેશા આપણને એવા લોકોનો સામનો કરવો પડે છે, જે નુકશાન ઉઠાવવાથી ડરે તો છે પરંતુ લાભ પ્રાપ્ત કરવાની તાકમાં રહે છે.

-★-

જ્યારે કોઈ નુકશાન થાય છે ત્યારે તે તમને એ ચેતવણી આપી જાય છે કે તમે બીજીવાર એવું કામ ના કરો. જેનાથી કોઈ નુકશાન થવાની સંભાવના હોય.

-★-

તમને જે નુકશાન થઈ ગયું છે એની માટે જો તમે શોક કરો છો તો એનો અર્થ એ થયો કે તમે વધારે નુકશાનને નિમંત્રણ આપી રહ્યાં છો.

-★-

વ્યક્તિત્વ

પોતાના વ્યક્તિત્વની અંદર ઝાંખીને નિરીક્ષણ કરો કે તમારી પાસે કેટલું જ્ઞાન છે કારણ કે તમારૂ વ્યક્તિત્વ જ જ્ઞાનની સૌથી મોટી શાળા છે.

-★-

બીજા લોકો તમારી બાબતમાં શું વિચાર કરે છે તેની જાણકારી રાખવાને બદલે તમારી પોતાની તમારી બાબતમાં કેવા વિચાર છે તે જાણકારી રાખવી બહુ જરૂરી છે.

-★-

ગપ્પા મારનાર વ્યક્તિ એ છે જે તમારાથી બીજા લોકોની બાબતમાં વાતો કરે છે. કંટાળાજનક વ્યક્તિ એ હોય છે કે જે તમારી સાથે તેના વિષયમાં જ વાત કરતી હોય અને બુધ્ધિમાન વ્યક્તિ એ છે કે જે તમારી સામે તમારા વિષયમાં જ વાતો કરતો હોય.

-★-

તમારી કમીઓ અને ભૂલો અચકાયા વગર માની લેવી જોઈએ કારણ કે આ આદત સાવરણીની જેમ છે. જે ગંદકીને ઝાપટીને પહેલાની સરખામણીમાં વધારે સાફ બનાવી દે છે.

-★-

આપણી આદતો શરૂઆતમાં કરોળિયાના જાળા જેવી હોય છે જે પછીથી એક મજબૂત દોરીમાં બદલાઈ જાય છે. જેને તોડવું સરળ નથી હોતું, માટે જ પ્રયત્ન કરો કે સારી આદતો જ અપનાવી શકીએ.

કોઈ પણ કામમાં ઉતાવળ ના કરવી જોઈએ. પ્રકૃતિનો નિયમ છે કે બધા કામો ધીમે-ધીમે અને સમય પર જ થાય છે એટલા માટે શાંતિ જાળવી રાખો.

-★-

તમારો નોકર એવો હોવો જોઈએ જે તમારાથી પણ વધારે પૈસાદાર નોકર બની ચૂક્યો હોય.

-★-

જો તમે કોઈને પાછળ છોડવા માંગો છો તો એનો સૌથી સારો અને સરળ ઉપાય એ છે કે તમે એને થોડા રૂપિયા ઉધાર આપી દો.

-★-

તમે બીજાને સમજવા અને ઉપયોગ કરવા ઈચ્છો છો પરંતુ તમે પોતાની જાતને સમજવા અને ઉપયોગ કરવા નથી ઈચ્છતા. આ જ ભૂલ તમને અભિમાની, સ્વાર્થી, ચાલબાજ અને બેઈમાન બનાવી દે છે.

-★-

આપણી આદત શરૂઆતમાં કરોળિયાના જાળા સમાન હોય છે જે પછી એક મજબૂત દોરીમાં બંધાઈ જાય છે અને તોડવું સરળ નથી હોતું એટલા માટે પ્રયત્ન કરો કે સારી આદત અપનાવીએ.

-★-

આ દુનિયામાં તમે જે મેળવો છો એનાથી તમે ધનવાન નથી બનતા પરંતુ તમે જે આપો છો એનાથી તમે પૈસાદાર બનો છો.

-★-

કોઈ પણ વ્યક્તિને જોઈને આપણી માનસિકતા બદલાઈ જાય છે કારણ કે હંમેશા આપણે એ જ કરવાનો પ્રયત્ન કરીએ છીએ જેવી રીતે સામે વાળો વ્યક્તિ કરે છે.

-★-

બરાબરીવાળા વ્યક્તિ સાથે ઝઘડો કરવો શંકાસ્પદ છે. પોતાનાથી મોટા વ્યક્તિ સાથે ઝઘડો કરવો મૂર્ખતા છે અને આપણાથી નાના વ્યક્તિ સાથે ઝઘડો કરવો બાળપણ છે.

-★-

ગરીબ લોકો બહુ જ ઈચ્છે છે પરંતુ લાલચી લોકો બધું જ ઈચ્છે છે કારણ કે એની ઉપર લાલચ લાદેલી હોય છે.

-★-

જો તમે ઈચ્છો છો કે લોકો તમારા રહસ્યને ના સમજે તો એના માટે એક ઉપાય છે કે તમે તમારૂ મોઢું બંધ રાખો. જ્યાં સુધી તમારૂ મોઢું બંધ રહેશે, ત્યાં સુધી તમે પણ રહસ્યમય બનેલા રહેશો.

-★-

કોઈ પણ વ્યક્તિના ત્રણ નામ હોય છે. એક જે તેને વિરાસતમાં મળે છે. બીજુ જે તેના માતા-પિતા રાખે છે અને ત્રીજું, જે તે પોતે મેળવે છે.

-★-

જો આપણે કોઈ સફળ સમૂહ કે કંપનીના કર્મચારીઓ પર નજર નાખીએ તો ખબર પડે કે ત્યાંના બધા કર્મચારી સારૂ કામ કરી રહ્યાં હોય છે. આવું એટલા માટે કે તે વ્યક્તિત્વને અનુરૂપ હોય છે, જે એમનું સંચાલન કરતો હોય છે.

-★-

કોઈ પણ વ્યક્તિનું નામ તેના માટે વધારે મહત્વપૂર્ણ અને સુંદર હોય છે. એટલા માટે જ્યારે પણ કોઈને બોલાવી તેના કામથી નહીં પરંતુ નામથી બોલાવો.

-★-

વિશેષજ્ઞ એને કહેવો જોઈએ જે ઓછામાં ઓછા વસ્તુના વિષયમાં વધારેમાં વધારે જાણકારી રાખતો હોય.

-★-

જે વ્યક્તિને કાંઈ દેખાતુ ના હોય અને તેને તમે અરીસો દેખાડવા લાગો તો તે તમને અરીસો દેખાડવા માટે આર્શીવાદ નહીં આપે.

-★-

બોલતા રહેવાવાળા વ્યક્તિ કંઈક કરીને નથી દેખાડતા તો એ એનું જ પ્રતીક થાય છે કે ગરજવાવાળા વાદળા ક્યારેય વરસતા નથી.

-★-

જે લોકો કોઈ પણ વાતને શાંતિપૂર્વક સાંભળીને સહન કરી લે છે એમના માટે એ નક્કી છે કે એમને બહુ ઉંડો ઘા લાગ્યો છે.

-★-

જો તમને તમારા પડાવ સુધી પહોંચવા માટે કોઈ પુલ મળી ગયો હોય તે તમારે એ પુલનો અહેસાન ક્યારેય ભૂલવો ના જોઈએ.

-★-

એ વ્યક્તિથી ક્યારેય પણ લડવુ ના જોઈએ. જેની પાસે

ગુમાવવા માટે કશું નથી હોતું કારણ કે એની સાથે ઝઘડીને તમને જ નુકશાન થાશે.

-★-

જે વ્યક્તિ પોતાની સલાહ કોઈને નથી આપી શકતો પરંતુ જે બીજાની વાતોમાં પોતાની હા ભરી દે છે તે વ્યક્તિ સહયોગી કે મિત્ર નહીં પરંતુ એક નોકરની સમાન હોય છે.

-★-

જેટલું વધારે તમે જુઓ છો એનાથી વધારે તમે તમારી પાસે રાખો અને જેટલું તમે જાણો છો એનાથી ઓછું બોલો સાથે જ તમારી પાસે જેટલો પૈસો છે એનાથી ઓછો ઉધાર આપો.

-★-

જો તમે કોઈ કંપની ચલાવી રહ્યાં છો તો એની સૌથી મોટી જાહેરાત તમે છો. હવે આ તમારા પર નિર્ભર છે કે તમે તમારી કંપનીની કેટલી સારી રીતે પ્રસ્તુત કરી શકો છો.

-★-

મોટાભાગના લોકો પોતાના વિષયમાં એ નથી જાણતા કે વાસ્તવમાં તેઓ શું કરી શકે છે.

-★-

કોઈ પણ વ્યક્તિ તમારી પ્રામાણિકતા, તમારી બુધ્ધિમત્તા તમારી સારાઈના વિષયમાં એ પણ નથી જાણી શકતા જ્યાં સુધી તમે તમારા કામ અને યોગ્યતાનો પરિચય એનાથી નથી કરતા.

-★-

બીજાઓની આરામદાયક સુવિધાઓનો લાભ ઉઠાવવાની જગ્યાએ પોતાના સાધનો પર જ નિર્ભર રહેવી સારી વાત છે.

-★-

જો તમે કોઈ ચોરને પકડવા ઈચ્છો છો તો તેની જવાબદારી તમે બીજા ચોરને આપી દો.

-★-

વ્યક્તિત્વ વિકાસનો આધાર છે એટલા માટે દિવસમાં ઓછામાં ઓછું ત્રીસ પાત્રીસ મિનિટ મનની શાંતિ અને આધ્યાત્મિક કામો માટે અવશ્ય લગાડો. આનાથી તમારા મનને શાંતિ મળશે સાથે તમે પોતાની જાતને હળવી અને સારી મહેસૂસ કરશો.

-★-

વ્યવસાયિક પ્રશાસન

સફળ લોકો હંમેશા મોટા મોટા સપના અને આશાઓનો વેપાર કરે છે.

-★-

એક સ્વચ્છ વ્યવસાયિક પ્રશાસન માટે વ્યાપારીક વિકાસની શોધ જેટલી જરૂરી છે તેના માટે અભ્યાસ હોવો એટલો જરૂરી છે કારણ કે વગર અભ્યાસે કોઈ શોધ નથી થઈ શકતી.

-★-

વેપારનો અંકુશ કરવો પણ એક કલા છે આ કલામાં નિપુણતા વગર કોઈ વેપાર ચલાવી નથી શકતો.

-★-

કોઈ પણ વ્યવસાયને ચલાવવા માટે એક વ્યવસ્થિત વ્યવસાયિક પ્રશાસનની જરૂર પડે છે. જો તમારી પાસે વ્યવસ્થિત વ્યવસાયિક પ્રશાસન છે તો પૂરી રીતે નિશ્ચિત છે કે તમારો વેપાર ક્યારેય પણ ડગમગશે નહીં.

-★-

વ્યવહાર

જે બધાની સાથે સમાન વ્યવહાર રાખે છે તે સૌથી વધારે પસંદ કરાય છે કારણ કે તેનો વ્યવહાર બધાનો માનીતો બને છે.

-★-

આપણે જે રસ્તા પર ચાલવું પડે તેના પર હંમેશા સારી વ્યવહારના ફૂલ બિછાવતા ચાલવું જોઈએ જેથી પાછા આવતી વખતે સારો વ્યવહાર જ મળે.

-★-

સમજી-વિચારીને વાત નહીં કરવાવાળા વ્યક્તિને જ વધારે વાતો સાંભળવી પડે છે. એટલા માટે હંમેશા ઓછું અને સમજી વિચારીને બોલો.

-★-

હંમેશા એવા કામ કરો કે જેમ આપણે ૧૦૦ વર્ષ સુધી જીવતા રહેવાનું છે અને ધન્યવાદ એવી રીતે કરો કે જાણે કાલે જ આપણો અંત થવાનો છે.

-★-

બીજાની સાથે વ્યવહાર કરતી વખતે હંમેશા ધ્યાન રાખો કે તેને કેવો વ્યવહાર ગમશે.

-★-

જેણે તમારી નાની વાત માટે પણ તમને ધન્યવાદ નથી આપ્યા તેનાથી તમે ક્યારે પણ એવી આશા ન રાખો કે એ તમને મોટી વાતમાં ધન્યવાદ કહે.

-★-

તમે શું કહો છો તેનાથી લોકો પરિણામ નથી કાઢતાં પણ તમારી કહેવાની રીતથી લોકો પરિણામ કાઢે છે.

-★-

મહેરબાની અને ધન્યવાદ એ બે એવા શબ્દો છે જે તમને અને સામેવાળાને પ્રસન્નતા પ્રદાન કરશે.

-★-

કોઈ પણ વ્યક્તિને હુકમ આપતા પહેલા પોતે આજ્ઞાનું પાલન કરવું જોઈએ.

-★-

ઉંચી ઉંચી વાતો કરવાવાળો વ્યક્તિ ક્યારે પણ લાંબા સમય સુધી સાથે સફર નથી કરી શકતો.

-★-

જે લોકો સારી વાતો નથી કરી શકતા, હંમેશા તે જ લોકો વધારે બોલે છે.

-★-

ખરાબ આદતને સુધારવાની જગ્યાએ એમને હંમેશાની માટે પૂરા કરી દેવું એ જ સૌથી સારૂ અને સરળ છે.

-★-

જ્યારે ક્યાંય આપણી ખોટી વાતો કરાતી હોય અને તે

વાતો સાચી હોય તો આપણે આપણી જાતને સુધારી લેવી જોઈએ અને જો તે વાતો ખોટી તો આપણે તેના પર હસી લેવું જોઈએ.

-★-

ભાષણ આપવું એ સારી વાત છે પરંતુ મૌન રહેવું સૌથી સારી વાત છે કારણ કે મૌન રહીને જ ઘણુ બધું કહી શકાય છે.

-★-

વિચાર

આપણા મનની દુર્બળતાઓ આપણને આગળ વધવાથી રોકે છે, એટલા માટે તમારા મન પર નિયંત્રણ રાખો જેથી કોઈ પણ નકારાત્મક વિચાર તમારા ઉપર હાવી ના થઈ શકે.

-★-

તમે હંમેશા ઉન્નત વિચાર તમારા મનમાં રાખો કારણ કે ઉન્નત વિચારોની સાથે જ તમે પ્રગતિ કરી શકો છો.

-★-

જો તમે કોઈ વિચાર કર્યો છે તો એ સારૂ છે. જો તમે બીજીવાર મનન કર્યા પછી પણ એ જ વિચાર કર્યો છે તો તે બુધ્ધિમત્તાપૂર્વક છે.

-★-

જો તમે સાચી રીતે વિચારવાનું શરૂ કરી દીધું હોય તો સમજો તમને તમારા જીવનનો ધ્યેય પણ સ્પષ્ટ રીતે દેખાવા લાગશે.

-★-

જો આપણી કંઈ વિચાર કરીએ છીએ તો આપણે ધ્યાન રાખવું જોઈએ કે તે વિચાર આપણા જીવન માટે ઉપયોગી તો છે જ સાથે જ બીજા માટે ઉપયોગી બને.

-★-

આપણે આપણા વિષયમાં જે પ્રકારના વિચાર દિમાગમાં લાવીએ છીએ, આપણે એવા જ બની જઈએ છીએ.

-★-

કોઈ પણ કામને કરતા પહેલા એ કામનો વિચાર દિમાગમાં આવે છે.

-★-

આપત્તિ

આપત્તિ એ સમય છે, જ્યારે વ્યક્તિની ચારેબાજુ સંકટ જ સંકટ હોય છે.

-★-

આપત્તિએ મુશ્કેલીનો એ સમય છે.જ્યારે આપણને આપણી ચારેબાજુ અંધકાર જ દેખાય છે.

-★-

મુશ્કેલીના સમયે વ્યક્તિએ પોતાની ધીરજનો ત્યાગ કરવો જોઈએ કારણ કે આવી મુશ્કેલીમાં જો ધીરજનો ત્યાગ કરી દીધો તો વિપત્તિ વધારે વિકરાળ સ્વરૂપ લઈ લેશે.

-★-

મુશ્કેલી આવે તો છે પરંતુ તે વધારે સમય સુધી નથી રહેતી એટલા માટે ધીરજને પોતાની સાથે રાખવી જોઈએ.

-★-

મુશ્કેલીનો સામનો કરવો જેને નથી આવડતો એને મુશ્કેલી જલ્દી જ પોતાના અટકમાં લઈ લે છે.

-★-

વિશ્વાસ

આપણે વિશ્વાસ સફળતાનો અનુભવ પહેલાં જ કરી લે છે અને આપણે પ્રેરિત કરે છે કે આપણે તે કાર્ય બહુ સારી રીતે કરી શકીએ છીએ.

-★-

જો આપણે આપણા ઉપર અને આપણા કામ ઉપર વિશ્વાસ રાખીએ તો બીજા લોકો પણ આપણા પર વિશ્વાસ કરશે. આત્મવિશ્વાસ એ બીજાનો વિશ્વાસ જીતવાની એક ઉપાય છે.

-★-

જે બીજા પર વિશ્વાસ કરે છે તે એ લોકોથી ઓછી ભૂલો કરે છે જે બીજા પર અવિશ્વાસ રાખે છે.

-★-

બીજા પર વિશ્વાસ રાખીને તમે ઘણુ બધુ કરી શકો છો પરંતુ જો તમે કોઈના પર વિશ્વાસ નથી કરતા તો તમે કશું જ નથી કરી શકતા.

-★-

આપણી ગુપ્તુ પોતાનેએ વ્યક્તિની સમક્ષ કયારે પણ રજુ ન કરો જે તમારા ન હોવા પર તમારા દસ્તાવેજો જોવાનો પ્રયત્ન કરતો હોય.

-★-

જે વ્યક્તિ ખોટુ બોલે છે. એના પર સામાન્ય રીતે કોઈ વિશ્વાસ નથી કરતુ આજ તેની સજા છે.

-★-

વિનમ્રતા

વિન્રમતા આપણા સ્વભાવની ઓળખાણ છે. તે આપણી ઓળખાણ બીજાની સામે સૌથી પહેલા કરાવે છે.

-★-

જો કોઈએ પોતાના સ્વભાવમાં વિનમ્રતા દાખલ કરી લીધી હોય તો સમજી લેવું કે તેણે સફળતાની પહેલી સીડી પર કદમ રાખી દીધા છે.

-★-

જો તમારી અંદર વિનમ્રતા અને સાદગી બંને હોય તો તમે જરૂર સફળ થઈ શકો છો અને જો એ બંને ગુણો તમારામાં ન હોય તો તમારાથી અસફળ કોઈ ન હોઈ શકે.

-★-

એક વિનમ્ર વ્યક્તિનો આદર બધી જગ્યાએ થાય છે. જ્યારે કઠોર અને નકામા વ્યક્તિનો બધા અનાદર કરે છે.

-★-

વાયદો

વાયદો કરવાની જગ્યાએ કામ કરવા પર ધ્યાન આપો, કારણ કે વાયદો તૂટી શકે છે પરંતુ કરેલુ કામ ક્યારેય નથી તૂટતું.

-★-

વાયદો ત્યારે જ કરાય છે જ્યારે કોઈ કામ સમય પર પૂરું ન થતું હોય.

-★-

વાયદો કરવાવાળો વ્યક્તિ હંમેશા શરમનો શિકાર બને છે તેને લોકોથી મોઢું પણ છુપાવવું પડે છે.

-★-

વાયદો ક્યારેય કોઈનાથી ન કરવો જોઈએ. વાયદો કરવાની જગ્યાએ તે કામને તરત કરી દેવું જોઈએ.

-★-

જ્યારે તમે કોઈ કામને કરવામાં અસમર્થ છો તો તમારે એ કામની તરફ કોઈને વાયદો ન કરવો જોઈએ.

-★-

શબ્દ, વચન

કડવા વાક્યો બોલવાના છોડી દેવા જોઈએ જેથી વશીકરણ મંત્ર પોતાની જાતે જ સિધ્ધ થાય.

-★-

તમે જે શબ્દો બોલો છો તેનાથી જ તમારી ઓળખાણ બને છે.

-★-

જો તમારા ખિસ્સામાં પૈસા ના હોય તો તમારા મોઢામાંથી હંમેશા સારા,સાદા અને મીઠા જ શબ્દો નીકળવા જોઈએ. લોકોના માટે તમે હંમેશા પૈસાદાર બનીને રહેશો.

-★-

તમારે હંમેશા એવા વચન બોલવા જોઈએ જે સાંભળીને સામેવાળો વ્યક્તિ પ્રસન્ન થઈ જાય અને તમને તેના માટે ધન્યવાદ કહે.

-★-

લખવા માટે અને બોલવા માટે એવા સુંદર અને સરળ શબ્દોને પસંદ કરવા જોઈએ જેથી બધા જ લોકો સરળતાથી સમજી શકે.

-★-

ખરાબ વાક્યો ક્યારેય પણ ના બોલવા જોઈએ, ભલે તમને

કોઈ મોટું નુકશાન કેમ ન કરી ગયું હોય.

-★-

તમારે હંમેશા પોતાના વચનમાં મીઠા શબ્દો રાખવા જોઈએ. જેથી તમારા વચનો સાંભળવાવાળો વ્યક્તિ તેમાં એકરસ થઈને પ્રસન્ન થઈ જાય.

-★-

કોઈ શબ્દો એવા હોય છે કે જેની કોઈ કિંમત નથી હોતી.

-★-

ભણવાનું તો બધા જાણે છે

ભણવું શું જોઈએ તે કોઈ નથી જાણતું.

શિક્ષા

શિક્ષા આપણને ફક્ત સભ્યતા અને સંસ્કારવાળા નથી બનાવતા પરંતુ જીવવાની રીત પણ શીખવાડે છે.

-★-

શિક્ષાનો ઉદ્દેશ્ય ફક્ત જ્ઞાનની પ્રાપ્તિ કરવાનો નથી પરંતુ તેને આપણા જીવનમાં ઉતારીને સફળતા પ્રાપ્ત કરવાનો છે.

-★-

એક આદર્શ શિક્ષક તે હોય છે જે કઠિન શબ્દોને સરળ બનાવીને સમજાવે છે.

-★-

પોતાને શિક્ષિત કરવાનો પહેલો પ્રયત્ન જ તમારા પોતાના ધ્યેયને પુરો કરવાની ક્ષમતાનું નિર્માણ કરે છે.

-★-

જો તમારી ઈચ્છા છે કે તમે બધું જાણી લો અને તમને કોઈ ના

જાણે તો તમે એક મોટા શહેરમાં રહો અને જો તમે ઈચ્છો છો કે તમને ઓળખી લેવાય અને તમે કશું જ ના જાણો તો તમે એક ગામડામાં રહી શકો છો.

-★-

એમાં કોઈ શંકા નથી કે કોઈ પણ વ્યક્તિ અક્કલવાળો પેદા નથી થતો પરંતુ જો તે પ્રયત્ન કરે તો તે જરૂર અક્કલવાળો બની શકે છે.

-★-

બાળકોને આદેશ આપવાવાળો કોઈ એવો વ્યક્તિ મળવો જોઈએ જે એમને તે કરાવે જે તેઓ કરી શકે છે.

-★-

બુધ્ધિમાન વ્યક્તિ અભ્યાસ અને શિક્ષણથી, સાધારણ વ્યક્તિ પોતાના અનુભવથી અને મૂર્ખ વ્યક્તિ જરૂરિયાતથી અને પ્રાણીઓ સ્વભાવથી બોધપાઠ મેળવે છે.

-★-

જો આપણે આપણાં જીવનમાં કંઈક સારૂ શીખવા ઈચ્છીએ છીએ તો આપણે પુસ્તકોની સાથે સાથે મનુષ્યનો પણ અભ્યાસ કરવો જોઈએ.

-★-

જે વ્યક્તિએ સમજે છે કે તે અમુક વિષય અથવા વસ્તુને જાણે છે તેના માટે તે વસ્તુ કે વિષયને શીખવું અસંભવ છે.

-★-

શિક્ષા પ્રાપ્ત કરવાથી તમે નેતા નથી બની જતા પરંતુ તમે આ અવશ્ય શીખી શકો છો કે તમારે કયા નેતાનો સાથ આપવો છે અને કયા નેતાનું અનુસરણ કરવાનું છે.

-★-

રસ્તા પરથી ચાલતી વખતે જો તમે પડી જાઓ છો તો તમને એ રહસ્ય સમજાઈ છે કે કેવા પ્રકારથી સારી રીતે ચાલી શકાય છે.

-★-

શિક્ષા આપણને એવી યોગ્યતા અને જ્ઞાન આપે છે જેનાથી આપણે બધી મુશ્કેલીઓથી લડવામાં સશકત હોઈએ છીએ.

-★-

ભુલો જ આપણી સર્વશ્રેષ્ઠ શિક્ષક છે કારણકે આપણે આપણી ભૂલો અને અસફળતાથી શીખીએ છીએ, સફળતાઓથી નહીં.

-★-

આપણે જેટલો વધારે અભ્યાસ કરીએ છીએ એટલો જ

આપણને આપણા અજ્ઞાનની ખબર પડે છે.

-★-

તમે જે શિક્ષા પ્રાપ્ત કરી તેમાંથી તમે લગભગ બધું ભૂલી ગયા પરંતુ તમારી પાસે જે કંઈ બચ્યું છે એ તમારી શિક્ષા છે.

-★-

આપણે જે કંઈ શીખીએ છીએ એ વાંચીને અથવા કોઈની નકલ કરીને શીખીએ છીએ, ના કે કોઈની સલાહ લઈને.

-★-

આમાં બે રસ્તા નથી કે આપણે બધું ધ્યાનથી સાંભળીને શીખીએ છીએ તો પણ કેટલા અફસોસની વાત છે કે આપણે કોઈ પણ વાત ધ્યાનથી નથી સાંભળતા.

-★-

જો જોવામાં આવે તો તમારા જીવનમાં સૌથી ઉત્તમ ચીજ છે તમારૂ શીખવાનું. કારણકે તમારો પૈસો ચોરાઈ શકે, ક્યારે ખોવાઈ પણ શકે છે, તમારૂ શરીર પણ તમારો સાથ છોડી દે છે પરંતુ તમે જે કંઈ પણ શીખ્યા છો તે તમારૂ બનીને રહેશે.

-★-

જેણે નવી ચીજો શીખવાનો પ્રયત્ન બંધ કરી દીધો છે તો સમજો કે તે વૃધ્ધ થઈ ગયો છે. એવો જર્જરિત વૃધ્ધ જેને ફક્ત

મૃત્યુની ઈચ્છા છે.

-★-

અભ્યાસની શરૂઆત જ જીવનની બધી મુશ્કેલીથી લડવાનું પહેલું શસ્ત્ર છે.

-★-

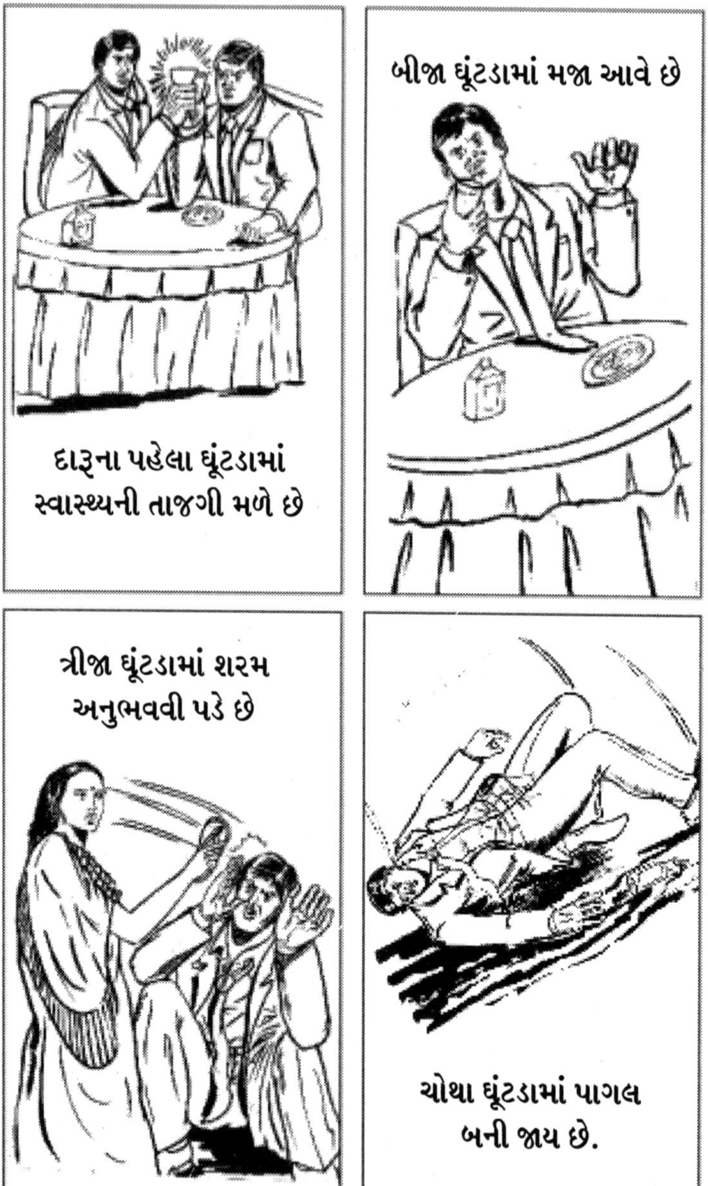
દારૂના પહેલા ઘૂંટડામાં
સ્વાસ્થ્યની તાજગી મળે છે
બીજા ઘૂંટડામાં મજા આવે છે
ત્રીજા ઘૂંટડામાં શરમ
અનુભવવી પડે છે
ચોથા ઘૂંટડામાં પાગલ
બની જાય છે.

દારૂ

જો તમે ધ્યાનથી અભ્યાસ કરશો તો તમે જોશો કે લોકોને ડુબાડવાનું કામ સમુદ્રથી વધારે દારૂએ કર્યું છે.

-★-

દારૂ એ પાણી છે જેણે બહુ બધાને ડૂબાડયા છે, ઘણાને આ જીવન સંસારમાંથી વહાવી દીધા છે.

-★-

મારા વિચારથી સંસારની બધી તાકાત મળીને એક વ્યક્તિનું એટલું નુકશાન નથી કરી શકતી જેટલું દારૂ પીવાની આદત કરી દે છે.

-★-

જયારે જયારે દારૂ તમારા શરીરની અંદર જાય છે ત્યારે બુધ્ધિ બહાર નીકળીને ભાગી જાય છે એટલા માટે વૃદ્ધોએ આ સલાહ આપી છે કે દારૂને ગળે લગાવવો, મોતને ગળે લગાવવા સમાન છે.

-★-

જીવનને નાનું કરવા ઈચ્છો છો, તો આવા બનો

અને જીવનને લાંબુ કરવા ઈચ્છો છો, તો આવું કરો.

સ્વાસ્થ્ય

સ્વસ્થ શરીર અને શાંત મગજ એ સૌથી મોટી મૂડી છે, આપણે હંમેશા આનો વધારો કરવો જોઈએ.

-★-

જીવનને લાંબુ કરવા ઈચ્છો છો તો ભોજનની માત્રા ઓછી કરો.

-★-

સ્વસ્થ વ્યક્તિની પાસે આશા હોય છે અને જેમની પાસે આશા હોય છે તેની પાસે બધું હોય છે. તે જ દુનિયાની બધી વસ્તુ મેળવી શકે છે.

-★-

ઈલાજ કરવાની જગ્યાએ બીમારીને રોકવી એ વધારે સારૂ છે.

-★-

ભગવાનથી આપણે એ જ પ્રાર્થના કરવી જોઈએ કે તે બધાને હંમેશા શરીર અને મગજથી સ્વસ્થ રાખે.

-★-

સ્ત્રીને જોઈએ કે તે જેટલી જલ્દી બની શકે,
લગ્ન કરી લે

પુરુષને જોઈએ કે તે જ્યાં સુધી સંભવ હોય, લગ્નથી ખુદને
દૂર રાખે

સ્ત્રી

પુરૂષોની સરખામણીએ સ્ત્રીઓ વધારે ઉપયોગી સલાહ આપે છે કારણ કે સ્ત્રીઓ દિલની સલાહને વધારે મહત્વ આપે છે જે દિમાગની અપેક્ષાએ વધારે સારી હોય છે.

-★-

કેટલાકે સાચુ કહ્યું છે કે કુમારિકાઓ પતિ સિવાય કશું નથી ઈચ્છતી પરંતુ વિવાહ થતાં તે બધું ઈચ્છવા લાગે છે.

-★-

આમાં કોઈ શંકા નથી કે એક લાપરવાહ વ્યક્તિની પત્ની વિધવા સ્વરૂપ હોય છે.

-★-

મેં પોતાના વ્યક્તિગત અનુભવોથી એ મેળવ્યું છે કે ઝઘડાના સમયે એક સ્ત્રીના અસલી સંસ્કારોની ખબર પડે છે.

-★-

સ્ત્રીઓ શારીરિક દુઃખોને ભૂલી જાય છે, પરંતુ તે પોતાની તરફ કરેલા અપમાનને ક્યારેય નથી ભૂલતી.

-★-

સ્ત્રી એવું ઈચ્છે છે કે જેટલું જલ્દી થઈ શકે એટલો જલ્દી વિવાહ કરી લેવો જોઈએ અને પુરૂષ એવું ઈચ્છે કે જ્યાં સુધી સંભવ હોય ત્યાં સુધી વિવાહથી પોતાને દૂર રાખે.

-★-

વાસનાને પોતાના ઉપર હાવી ન થવા દો નહીંતર તે તમારા ઉપર હાવી થઈ જશે, પોતાના પર હાવી થતાં પહેલાં તમે એનો નાશ કરો.

-★-

સ્વભાવ

કંજૂસ વ્યક્તિનું ધન સરળતાથી બહાર નથી નીકળતું, જેનું બધું ધન જમીનની નીચે દબાવેલું હોય તે કંજૂસ વ્યક્તિ પોતે જમીનમાં સમાઈ જાય છે.

-★-

મનુષ્યનો સ્વભાવ કાચી માટે જેવો હોય છે જેનું કોઈ રૂપ નથી હોતું. તેને ફક્ત આહાર આપવાની જરૂરિયાત હોય છે એટલા માટે તમે પણ તમારા સ્વભાવને જેટલો સુધારી શકો છો, તેટલો વધારે સુધારો.

-★-

સંકટના સમયમાં હિંમતથી કામ લો.

સંકટ

બહાદૂર તે નથી હોતા, જે શરીરથી બળવાન હોય છે. બહાદુર તે હોય છે જે પ્રતિકૂળ સ્થિતિઓમાં પણ મુશ્કેલીને દૂર કરી દે.

-★-

જ્યારે આપણી ચારે બાજુ મુશ્કેલી જ મુશ્કેલી ફેલાઈ હોય ત્યારે તમારે સચ્ચાઈની ડોરી પકડી લેવી જોઈએ.

-★-

દરેક વ્યક્તિની અંદર કોઈના કોઈ પ્રતિભા છુપાયેલી હોય છે, જેને તેમની મુશ્કેલીઓ અને કઠણાઈઓ જ ઉગારીને સામે લાવે છે.

-★-

મહત્વની વાત એ નથી કે તમે શું બનવા ઈચ્છો છો, મહત્વની વાત એ છે કે કઈ મુશ્કેલી અને પરેશાનીઓનો સામનો કરીને તમે કંઈક બનો છો.

-★-

તમે જાતે વિચારીને જુઓ કે તમે એ વ્યક્તિ નથી જે વધારે મુશ્કેલીઓને સુલજાવીને દુર ભાગે છે. જો ના ભણ્યા હોત તો કદાચ તમે પણ જીતી શકો છો. આ દુનિયા એની જ છે જે તેને

જીતવાની તમન્ના રાખે છે.

-★-

મુશ્કેલીઓ ભલે મોટી કેમ ના હોય એનાથી ડરો નહીં પરંતુ એમને જીવનની કઠણ પરીક્ષા સમજીને પાસ કરો.

-★-

જેણે મુશ્કેલીનો સામનો નથી કર્યો તેણે પોતાની શક્તિનો આકલન નથી કર્યું.

-★-

સંભવ-અસંભવ

કરવાવાળા માટે બધુ જ સંભવ છે. ન કરવાવાળા માટે બધું અસંભવ છે.

-★-

એવું કોઈ કામ આ દુનિયામાં નથી, જે સંભવ ન હોય.

-★-

સફળ વ્યક્તિ કોઈ પણ કાર્યને અસંભવ નથી સમજતો, તેના માટે બધા કામ સંભવ છે.

-★-

એ વ્યક્તિ ખૂબ જ અશકત છે જે કોઈ કાર્યને અસંભવ સમજે છે. આજે જો તેણે તે કામને અસંભવ કરી દીધું તો આગળ જઈને બધા કાર્ય અસંભવ થશે અને તે કંઈ જ નહીં કરી શકે.

-★-

દુનિયામાં એ બધું સંભવ છે જે આપણે વિચારીએ છે અને મન લગાવીને તેને કરવાનો પ્રયત્ન કરીએ છીએ.

-★-

બીજાને ઉપર ઉડાવતા પહેલા પોતાનું ઉપર
જોવું ખૂબ જ જરૂરી છે.

સફળતા

આપણા લક્ષ્યને હંમેશા હાંસલ કરવાનું નામ જ સફળતા છે. કોઈ પણ સફળ વ્યક્તિના વિશે એના વિચારો કે તે સફળ કેવી રીતે થશે. ફક્ત એ ખબર કરી કે તે શું હતો અને તેના વિચાર કેવા હતા.

-★-

તમે ક્યારેય એ ન કહો કે તમારી પાસે સમય નથી કારણ કે તમારી પાસે દરેક દિવસમાં એટલા કલાક છે, જેટલા એક સફળ વ્યક્તિની પાસે હોય.

-★-

સફળતા કોઈ પણ વ્યક્તિને કિંમત ચુકવ્યા વગર મળતી નથી તેની કિંમત ચુકવવી પડે છે. જો તમે સફળતા ઈચ્છો છો તો તમારે પણ તેની કિંમત ચુકવવી પડશે, મહેનત કરવી પડશે. જો તમે એવું ન કરો તો ના કરશો. તમારી ઈચ્છા છે કે તમે અત્યારે એશ કરો મજા લો જેની કિંમત તમારે પછીથી ચુકવવી પડશે. નિર્ણય તમારો છે કે તમે શું ઈચ્છો છો.

-★-

જો તમારી અંદર સફળ થવાની ઈચ્છા છે તો સફળ વ્યક્તિની સાથે રહેવાનું શરૂ કરી દો અને તેના ગુણોને શીખવાની શરૂઆત કરી દો. જો તમે સફળ વ્યક્તિના ગુણો શીખી લો તો તે તમને

પારસ બનાવી દેશે.

-★-

ખુશી અને કામ વચ્ચે દોસ્તી હોય છે કારણ કે જ્યાં સુધી તમે પોતે તમારા કાર્ય પ્રત્યે ખુશી મહેસૂસ ના કરો તો ત્યાં સુધી તમને તે કામમાં સફળતા મળતી નથી.

-★-

જો તમે ભૂલો કરવાનુ બંધ કરી દેશો તો ચોક્કસ રીતે સફળતા પણ તમારાથી દૂર રહેશે. ભૂલો કરીને, ભૂલો સુધારીને જ સફળતાના દરવાજા સુધી પહોંચી શકાય છે.

-★-

આપણા રસ્તામાં ભલે કેટલી પણ મુશ્કેલીઓ કેમ ના આવે. જો આપણે વારંવાર પ્રયત્ન કરીએ તો સફળતા જરૂર પ્રાપ્ત થશે.

-★-

સફળતા પ્રાપ્ત કરવા ઈચ્છતા વ્યક્તિને બધાની સામે પોતાને મૂર્ખ સાબિત કરવો જોઈએ પરંતુ અંદરથી તેનું બુદ્ધિમાન હોવું પહેલી શરત છે.

-★-

અત્યાર સુધી જે લોકો સફળ રહ્યાં છે, એમની સફળતા એ વાત પર આધારિત છે કે તે ફક્ત પોતાના કામ પર દૃષ્ટી રાખે છે અને ત્યાં સુધી કોઈને એ કામના વિષયમાં નહોતા બતાવતા કે તે શું કરવાના છે જ્યાં સુધી તેમનું કામ શરૂ નથી થતું.

-★-

મોટા અને આર્શ્ચયવાળા કામ કરવાવાળા લોકો પોતાના કામમાં સફળતા પ્રાપ્ત કરવાનો સતત પ્રયત્ન કરે છે. તાકાત કે જબરદસ્તીથી નહીં. હંમેશા સૂઝબૂઝની સાથે કરેલો પ્રયત્ન જ તેમની સફળતાનુ રહસ્ય હોય છે.

-★-

સફળતા ત્યારે જ પ્રાપ્ત કરી શકાય છે, જ્યારે એ વિશ્વાસ કરી લેવાય કે હવે નિશ્ચિત રીતે સફળતા મેળવી શકાય છે.

-★-

જો તમારે સફળતા મેળવવી છે, તો તમારે તમારી હારને પણ ખુલ્લા દિલ તથા દિમાગથી સ્વીકાર કરવી જોઈએ.

-★-

તમારા જીવનમાં હાજર વિફળતા જ તમને વધારે સમજદારીની સાથે ફરીથી કામ શરૂ કરવાની પ્રેરણા અને અવસર આપે છે.

-★-

સફળતા મેળવવા માટે વધારે ઉતાવળ ના કરવી જોઈએ કારણ કે સફળતા માટે કરેલી ઉતાવળ અસફળતાનું કારણ બની જાય છે.

-★-

તમે તમારી પ્રગતિ બે રીતે મેળવી શકો છો. પ્રયત્ન કરીને અને બીજાની મુર્ખતાનો ફાયદો લઈને.

-★-

ડગમગવા પછી પણ ના પડવાવાળા લોકોની જેમ સફળ લોકો ખરાબ પરિસ્થિતિને પણ સૂઝ-બૂઝથી પોતાને અનુકૂળ

બનાવે છે.

-★-

મુશ્કેલીઓ અને પરેશાનીઓ જ આપણને સફળ વ્યક્તિ બનાવે છે.

-★-

સૂઝ-બૂઝની સાથે યોજનાઓ બનાવી લેવી એ જ સફળતાની પહેલી સીડી છે.

-★-

સફળ થવા માટે કહી શકું છું કે પ્રયત્ન કરો.પ્રયત્ન કરો અને પ્રયત્ન કરો.

-★-

એક સફળતા વ્યક્તિને જોવાથી એ ખબર પડે છે કે તેની સફળતાની પાછળ કેટલાક સમર્થ સહભાગીઓનો હાથ છે.

-★-

સાચી સૂઝ-બૂઝ અને આત્મવિશ્વાસથી જ તમારી સફળતા પાકી થાય છે.

-★-

શીખવા, કામ કરવા અને બચત કરવા માટે જ જો તમે પોતાને તૈયાર કરી લો છો તો નિશ્ચિત રૂપથી તમે સફળ વ્યક્તિ બની શકો છો.

-★-

સફળ લોકો ભૂલો કરી તેને સ્વીકાર કરી અને તેને સુધારીને જ આગળ વધે છે.

-★-

જો તમે પોતાને જાણી લીધા તો સમજી લે જો કે તમે સફળતાની પહેલી સીડી જાણી લીધી.

-★-

જો તમને કોઈ કામમાં અસફળતા મળતી હોય. ત્યારે પણ તમે પ્રયત્ન કરો કદાચ તમે સફળતામાં ફક્ત એક જ પગલાથી દૂર ઊભા હોવ.

-★-

જાણીતી અને જૂની વાતો ફક્ત થાકેલા અને અસફળ હોય તેવા લોકો માટે હોય છે, સફળ લોકો માટે નહીં.

-★-

સફળ અને અસફળ લોકોની વચ્ચે ફરક ફક્ત સાંભળવા પૂરતો હોય છે. અસફળ લોકોને દરવાજા બંધ થતાં સંભળાય છે, જ્યારે સફળ લોકોને દરવાજા ખૂલતા સંભળાય છે.

-★-

અસફળ લોકો સંકલ્પ કરવાની શક્તિથી ગરીબ હોય છે અને તેમનામાં આત્મવિશ્વાસનો અભાવ જ મૂળ હોય છે.

-★-

એક સમયમાં વધારે કામ કરવાની ઈચ્છા કરવાવાળા કોઈ પણ કામમાં સફળતા નથી મેળવી શકતા. બે નાવના સવારની જેમ ડૂબવું જ તેમનું નસીબ હોય છે.

-★-

સફળતા કોઈ નવા કામ કરવાથી નથી મળતી પરંતુ આધારણ કામોને સારી રીતે તથા નવી રીતે કરવાથી પણ મળી જાય છે.

મનુષ્યની
સૌથી મોટી
શોધોમાંથી આ
એક છે કે તે એ
કામને કરી શકે
છે જેના
વિષયમાં તે
પહેલા વિચારતો
હતો કે તે એ
કામને નથી કરી
શકતો.

-★-

વ્યક્તિ સફળતા ત્યારે પ્રાપ્ત કરે છે, જ્યારે તે મળેલા અવસરનો ઉપયોગ પૂરી રીતે કરે છે.

-★-

જો વ્યક્તિ ક્યારેય ઠોકર નથી ખાતો તો ખરેખરમાં આ તેની ઉપલબ્ધિ નથી કહેવાતી. તેની સાચી ઉપલબ્ધિ તો ઠેસ ખાઈને પછી સંભાળીને ઉઠવામાં આવે છે.

-★-

સુખ-શાંતિના જીવનમાં કોઈ પણ વ્યક્તિ ઉપર નથી ઉઠી શકતો કારણ કે તે ચિંતા ન કરવાની સ્થિતિ છે.

-★-

મધને ભેગું કરવાની ઈચ્છા રાખવાવાળા લોકોએ ક્યારેક મધમાખીના પૂડાને ઠોકર તો મારવી જોઈએ.

-★-

ઉપલબ્ધિ ત્યારે પ્રાપ્ત થાય છે જ્યારે કોઈ કામને કરવાનું જોખમ લેવામાં આવે.

-★-

જો તમે તમારા જીવનમાં કંઈક કરવા ઈચ્છો છો, સફળતા ઈચ્છો છો, મુશ્કેલીઓથી બહાર નીકળવા ઈચ્છો છો તો એના માટે સૌથી સારી રીત એ છે કે તમે કેટલાક એવા લોકોની શોધ કરો જે તમારી જ જેમ આગળ વધવા ઈચ્છે છે અને સકારાત્મક વિચાર રાખતા હોય. પછી એમની સાથે મળીને તમે આગળ વધો તમને સફળતા જરૂર મળશે.

-★-

બુધ્ધિમાન લોકો પોતાની અસફળતાઓથી શીખી લે છે અને સફળતા પર ધ્યાન કેન્દ્રિત કરે છે.

-★-

તમારી શક્તિ અને ક્ષમતા તમારા હાથોમાં છે ના કે બોલવામાં. તો સૌથી પહેલા તમારી શક્તિ અને ક્ષમતાનો વિકાસ કરો.

-★-

સફળતા ફક્ત એ વાત પર આધારિત નથી રાખતી કે તમે એ વસ્તુને કેટલી સારી રીતે કરો છો, જેને કરવામાં તમને આનંદ આવે છે, પરંતુ એ વાત પર આધાર રાખે છે કે તમે એ કરજો ને કેટલી નિષ્ઠાથી કરો છો જેને નિભાવવામાં તમને આનંદ નથી આવતો.

-★-

બધા સફળ લોકો મોટા-મોટા સપના રાખે છે. જેને તે સાકાર કરવા ઈચ્છે છે અને તે સપના તેના દરેક કામ અને પ્રયત્નની પાછળની શક્તિ બની જાય છે. જેના કારણે તે પોતાની સૂઝ-બૂઝથી એવો નિર્ણય લે છે કે તે એવો પરિશ્રમ કરે કે બધી મુશ્કેલીઓને લડીને સફળતાપૂર્વક પોતાના પડાવ સુધી પહોંચે છે.

-★-

કોઈ પણ વ્યક્તિ માટે સફળતાની પ્રાપ્તિની ઈચ્છા રાખવી જરૂરી છે, પરંતુ એનાથી પણ વધારે જરૂરી એ છે કે એ સફળતા પ્રાપ્તિ માટે તૈયારી કરવાની ઈચ્છા રાખો.

-★-

વિચાર કરો અને જાણવાનો પ્રયત્ન કરો કે ક્યાંક એવું તો નથી કે જે સફળતા પ્રાપ્તિ માટે તમે અહીં-તહીં ભટકો છો એની સફળતાનો અવસર તમારી સામે છે અને તમે તેને ઓળખી જ નથી શકતા. એટલા માટે સકારાત્મક દૃષ્ટીની સાથે સારા અવસરો ઓળખો અને તેમને પકડીને સફળતા પ્રાપ્ત કરો.

-★-

જે લડવામાં સમય ખરાબ કરે છે

તે વ્યક્તિ હંમેશાં કામ પર મોડા પહોંચે છે.

સમય

જેવી રીતે ઝવેરાતનો દરેક દાણો કિંમતી હોય છે. બસ એવી જ રીતે સમયની દરેક પળ બહુ મૂલ્યવાન હોય છે.

-★-

સમયનો ઉપયોગ તમે કરી લીધો તો સમજી લેજો કે તમે તમારા દિમાગને સાચી દિશા દેખાડવાનું કામ પૂરું કરી લીધું છે.

-★-

એક વ્યક્તિની ઓળખાણ એના ખરાબ સમય જ થાય છે.

-★-

જો તમારો સમય સારો ચાલતો હોય તો થોડી ઘણી શાખ વધારો. સારી રીતે કામ કરો, પ્રેમથી બોલો અને જો તમારો સમય ખરાબ ચાલતો હોય તો સૌથી પહેલા ઉધાર ચૂકવી દો. પોતાની ભૂલો માનો અને ચૂપ થઈ જાઓ.

-★-

કામને કાલ (ભવિષ્ય) પર મૂકવું ખતરનાક હોય છે કારણ કે બની શકે છે કે ત્યાં સુધી બહુ વાર થઈ જાય. એટલા માટે સારૂં છે કે કામને આજે જ પૂરી કરી દો.

-★-

હું હંમેશા કામ પર સમય પહેલા પહોંચું છું આ મારી આદત છે. મારી આ આદતે જ મને સફળતા આપી છે.

-★-

જ્યારે કોઈ વ્યક્તિ એ કહે છે કે મારી પાસે વાંચવાનો સમય નથી. તો તે માનસિક આત્મહત્યા કરે છે. કારણ કે વાંચવાથી બુધ્ધિનો વિકાસ થાય છે.

-★-

ખરાબ સમય એવા લોકોની જાણકારી અપાવે છે. જેને સારા સમયમાં જાણવું અસંભવ હોય છે.

-★-

હંમેશા ધ્યાન રાખો કે ભલે કેટલો પણ ખરાબ સમય કેમ ના હોય, તમારા મોઢા પર હાસ્ય હંમેશાં બનેલું રહે તથા શરીર પર સમ્પન્નતા લક્ષણ ધ્યાનમાં આવવા જોઈએ અને જ્યારે સમ્પન્નતા આવી જાય, ત્યારે પોતાના વ્યવહાર અને ઈચ્છાને સંભાળીને રાખો.

-★-

કોઈ ચોક્કસ જગ્યા પર જો તમે જલ્દી પહોંચી જાઓ તો તમારે ક્યારેય વાર નહીં થાય.

-★-

વીતી ગયેલા વર્ષ અને આવવાવાળા વર્ષથી વધારે સારો સમય એ છે જે આજે તમારા હાથમાં છે.

-★-

ખરાબ સમયને સારા સમયમાં બદલાઈ શકાય છે, તમે તમારા વિચાર બદલીને તેના પર અમલ કરો.

-★-

તમે ક્યારેય પણ એ ન કહો કે તમારી પાસે સમય નથી. તમે એ કહી શકો કે જે કામમાં તમારી રૂચિ નથી હોતી એ

કામને તમારે કરવાની ઈચ્છા નથી.

-★-

સમયને નષ્ટ કરવાવાળા જ સમયની ખોટની વાત કરે છે.

-★-

દુનિયામાં એવો કોઈ વ્યક્તિ નથી જેને વધારાનો સમય ના મળતો હોય. આ વાત અલગ છે કે કેટલાક લોકો આનો સારા કામોમાં સદ્દુપયોગ કરે છે તો કેટલાક લોકો બેકારમાં બરબાદ કરે છે.

-★-

યાદ રાખો, જો તમે આજના સમયનો સારી રીતથી સદ્દુપયોગ નથી કર્યો તો આ કિંમતી સમય તમને પાછો નહીં મળે. પછી તમે પસ્તાશો અને કહેશો કે કદાચ મેં તે સમય સારી રીતે વાપર્યો હોત તો.

-★-

ભૂલ કરવી મનુષ્યનો સ્વભાવ હોય છે

અને તેનો સ્વીકાર કરીને સુધારી લેવી તે સમજદારી.

સાચું-ખોટું

ભૂલ કરવી એ વ્યક્તિનો સ્વભાવ છે પરંતુ તેને સ્વીકારીને સુધારી લેવી તે સમજદારી છે.

-★-

જે વ્યક્તિ એવું વિચારે છે કે તે સમાજ વગર પોતાનું કામ કરી શકે તો તે પોતાને બહુ મોટો દગો આપે છે અને જે એ વિચારે છે કે એના વગર સમાજ નથી ચાલી શકતો તો તે મોટી ભૂલ કરે છે.

-★-

આપણાથી જીવનમાં ભુલો એટલે થાય છે કારણ કે જ્યાં આપણે ભાવુકતા અપનાવવાની જરૂર છે, ત્યાં આપણે આપણા વિચારો વાપરીએ છીએ. જ્યાં આપણને વિચારોની જરૂર હોય છે, ત્યાં ભાવના વાપરીએ છીએ.

-★-

આલોચક એક એવો વ્યક્તિ હોય છે. જેને ક્યારેય પણ કોઈ વ્યક્તિની સારાઈ નથી દેખાતી પરંતુ બધાની ખરાબ આદતો જોવાની અને શોધવાનું નથી ભૂલતા.

-★-

જો આપણે કોઈ સાચુ કામ કરીએ છીએ. તો આપણને તેનો આભાસ પણ નથી થતો પરંતુ કોઈ ખોટું કામ કરતા જ આપણા

મનમાં એ ભૂલનો આભાસ થાય છે.

-★-

ખોટા રસ્તા પર જવાવાળા પોતાના દરેક કદમ ખોટા જ ઉઠાવે છે.

-★-

જો તમને ખબર છે કે તમે એક ભૂલ કરી દીધી છે અને તમે તમારી તે ભૂલને નથી સુધારતા તો તમે એક વધારે ભૂલ કરો છો.

-★-

ખોટું કામ કરવાવાળા ક્યારેય પણ શાંતિથી નથી રહી શકતા.

-★-

જે વ્યક્તિ પોતાની અંતરઆત્માની વિરુધ્ધ કામ કરે છે અને ધન કમાય છે તે વ્યક્તિ ક્યારેય પણ ગર્વથી માથું ઉઠાવીને ચાલી નથી શકતા અને ના તો આત્મસન્માનની સાથે જીવી શકે છે તે જીવનભર ડરી-ડરીને જીવન ગુજારે છે પરંતુ દેખાડો અને ખોટા અહમ્‌ને લીધે એવું કહે છે કે તે સફળ જીવન જીવી રહ્યો છે.

-★-

સુખ-દુ:ખ

વ્યક્તિના જીવનમાં સુખ-દુ:ખ આવતા-જતાં રહે છે. ખાલી જરૂર હોય છે ફક્ત એમાં સાચો તાલમેળ બેસાડવાનો.

-★-

સુખ અને દુ:ખનું અંદરોઅંદર ચોલી-દામનનો સંબંધ છે. એકના વગર બીજુ ચાલી નથી શકતું. કહેવાનો અર્થ એ છે કે જેણે જીવનમાં ક્યારેય દુ:ખ જ ન જોયુ હોય તો સુખનો અનુભવ કેવી રીતે થાશે એટલા માટે દુ:ખોથી ડરવુ નહીં અને સુખ મળવા પર ફૂલી ન જવું.

-★-

બધા ધાર્મિક ગ્રંથોના અનુસાર જો આજે તમને દુ:ખ મળે છે તે તમારા પોતાના કર્મોનું ફળ છે. જેથી બધાને મારી એ સલાહ છે કે પોતાના દુ:ખોને રોવાનું છોડી અને તેનો સૂઝ-બૂઝની સાથે સામનો કરવો.

-★-

સુખ અને દુ:ખ એવો અહેસાસ છે, જેનો અનુભવ આ દુનિયાના બધા પ્રાણીઓને મળે છે, પરંતુ મનુષ્ય જ એવું પ્રાણી છે કે, જે આ અહેસાસને બતાવે છે, સમજે છે અને સમજદાર હોવાના સંબંધે તેને એટલું ધ્યાનમાં રાખવું જોઈએ કે સુખની

ક્ષણોને નકામી ન કરે.

-★-

સુખનો સમય એક એવો સમય છે કે જ્યારે ચારેબાજુ ખુશીઓ અને ખુશીઓ જ વિખેરાયેલી હોય છે પરંતુ દુઃખનો સમય આવતાં જ ખુદને એવા ફસાયેલા જોઈએ છીએ, જયાંથી જલ્દીથી ભાગીને નીકળીએ એવું મહેસૂસ થાય છે.

-★-

તમને સુખનો અનુભવ ત્યારે થઈ શકે છે જો તમારૂ મન સંતુષ્ટ હોય છે માટે આપણી પાસે જે કંઈ છે તેનાથી સંતુષ્ટ રહો અને નવા સારા કાર્યો અને તેની પ્રગતિ માટે સૂઝબૂઝની સાથે પ્રયત્ન કરો.

-★-

જો તમે સુખ,શાંતિ અને સમૃધ્ધિ ઈચ્છતા હો, તો વીતેલી બધી વાતો ભૂલી જાઓ અને તમારા મનમાં આશાનું કિરણ જગાવી અંધકારમાંથી બહાર નીકળી ઉજજવળ ભવિષ્યની તરફ આગળ વધો.

-★-

સુખમાં એવું કોઈ કામ ન કરો, જેથી ક્યારેય દુઃખ આવવાની સંભાવના બને અને દુઃખમાં પોતે એટલા દ્દઢ બનો કે દુઃખ મક્કમતાને ટકરાઈને પડી જાય.

-★-

સુંદરતા

વ્યક્તિની સુંદરતાની ઓળખાણ તેના રૂપથી નહીં, પરંતુ તેના સારા કર્મોથી કરાય છે.

-★-

જે વ્યક્તિ પોતાનું કામ પૂરી જવાબદારી સાથે સુંદર રીતે પૂરું કરે છે, તે સુંદર છે.

-★-

દરેક વસ્તુ જીવ અને વ્યક્તિમાં તેની સુંદરતા હાજર હોય છે, પરંતુ અનુભવી લોકો જ તેને જોઈ શકે છે.

-★-

જો તમે ગુલાબની એક ડાળીને અડો છો તો કાંટા પણ ચૂભે છે અને એ જ તમારી ફરિયાદ હોય છે પરંતુ આપણે એ વિચારવું જોઈએ કે કાંટાની વચ્ચે જ ગુલાબ હોય છે.

-★-

કોઈ મકાનનું નિર્માણ કરતી વખતે તમારે ધ્યાન રાખવું જોઈએ કે તમારાથી તમારા મકાનની શોભા હોય, ના કે તમારા મકાનથી તમારી શોભા.

-★-

સુંદર સ્ત્રી પ્રેમીને મોહીત કરે છે
અને પતિને ડરાવે છે.

જે સુંદર છે તે શ્રેષ્ઠ છે તે વાક્ય બહુ જૂનું છે પરંતુ જે ફક્ત શ્રેષ્ઠ છે તે જલ્દી જ પોતાના વિચારોથી સુંદર બની જાય છે.

-★-

મેં પોતાના અનુભવથી એ જાણ્યું છે કે દરેક સુંદર વસ્તુનો પોતાનો એક સમય હોય અને તે સમય પછી તે જાતે જ ખતમ થઈ જાય છે.

-★-

સાહસી વ્યક્તિ હંમેશા પડકારવાળા કામ
કરવા તૈયાર રહે છે.

સાહસ, ઉત્સાહ

સાહસ એક ગુણ ત્યારે જ બની શકે છે, જ્યારે તે બુધ્ધિમાનીની સાથે પ્રયોગ કરવામાં આવે.

-★-

માનવીમાં જો સાહસ છે તો બીજા ગુણોનું નેતૃત્વ તે પોતે જ કરી લે છે.

-★-

સાહસનો અર્થ એવો થાય છે કે, બીકના માર્યા ખરાબ હાલત થવા પર એ જ કરવું જેનાથી તમે ડરી રહ્યાં છો.

-★-

સાહસની કમીને લીધે પ્રતિભા દબાઈ જાય છે.

-★-

માનવના બધા ગુણોમાં સાહસ પહેલો ગુણ છે, કારણ કે તે બધા ગુણોની જવાબદારી લે છે.

-★-

જો વિજય પાકો હોય તો કોઈ પણ ડરપોક વ્યક્તિ લડી શકે છે પરંતુ મને કોઈ એવો વ્યક્તિ બતાવો કે હાર નિશ્ચિત હોય તો પણ લડવામાં બહાદુરી દેખાડે છે.

-★-

ઉત્સાહ બુધ્ધિમાનો માટે ઉચીત છે, પરંતુ તે હંમેશા મૂર્ખોમાં હોય છે.

-★-

વિશ્વના ઈતિહાસમાં દરેક મહાન અને મહત્વપૂર્ણ આંદોલન ઉત્સાહ દ્વારા જ સફળ થયા છે.

-★-

ઉત્સાહ વિના કોઈ મહાન ઉપલબ્ધિ ક્યારેય થઈ નથી.

-★-

ઉત્સાહી પુરૂષોના દુશ્મન પણ વશમાં થઈ જાય છે અને ઉત્સાહહીન પુરૂષોથી તેમનું નસીબ પણ દૂર ભાગે છે.

-★-

ઉત્સાહ દ્વારા જ્ઞાનની પ્રાપ્તિ થાય છે. ઉત્સાહના અભાવથી જ્ઞાન જતું રહે છે.

-★-

બહાદુરી પોતાને ફરીથી સંભાળી લેવામાં છે.

-★-

સપના

સપના એ નથી હોતા જે તમે સૂઈ રહીને જૂઓ છો સપના તો તે હોય છે જેને સાકાર કરવાની આગ તમને સૂવા ન દે.

-★-

બધા સફળ લોકો મોટા-મોટા સપના જોવે અને સજાવે છે અને એમના એ જ સપના તેમના દરેક કામ તથા પ્રયત્નમાં પાછળથી શક્તિ બની જાય છે. જેના કારણે તે પોતાની સૂઝ-બૂઝથી નિર્ણય લેતી વખતે એવી મહેનત કરે છે કે બધી મુશ્કેલીઓ અને વિધ્નોને લડીને સફળતાપૂર્વક પોતાના પડાવ સુધી પહોંચે છે.

-★-

બહુ જ થોડા લોકો એવા હોય છે, જે સપના જોવે છે અને પોતાના સપના સજાવે છે એના પછી ભલે કેટલાય પણ વિધ્નો કેમ ના આવે, તો પણ તેમને સાકાર કરવાનો પ્રયત્ન કરે છે. બીજી બાજુ વધારે પડતા લોકો એવા હોય છે જે ફક્ત મુશ્કેલીઓ અને વિધ્નોને જ જુએ છે. પછી વાળા લોકો ખ્યાલોમાં ખોવાઈ જાય છે જ્યારે પહેલાવાળા લોકો ઈતિહાસ રચી જાય છે.

-★-

એક વ્યક્તિ પહેલા સપના જુએ છે, પછી એને સજાવે છે,

એના પછી તેના એ જ સપનાને સાકાર કરવા માટે નેતા બને છે પરંતુ જે દિવસે તે નેતા પોતાના સપનાને ભૂલી જાય છે, એ જ દિવસથી તે લોકો પર નેતૃત્વ કરવાની પોતાની બધી ક્ષમતાઓ ગુમાવી દે છે.

-★-

સમજ-વિચાર

જ્યાં બધાના વિચાર એક જેવા જ હોય, ત્યાં કોઈ પણ વ્યક્તિ કંઈક વિશેષ નથી વિચારી શકતા.

-★-

જો તમે સફળતા ઈચ્છો છો તો તમારે સારા વિચારોની પ્રગતિ બહુ અધિક માત્રામાં કરવી જોઈએ.

-★-

તમે તમારા વિષયમાં જે વિચારો છો એવા બની જાવો છો.

-★-

આપણે આપણા ખિસ્સામાં કાગળ-પેન્સિલ હંમેશા રાખવી જોઈએ, જેથી ગમે ત્યારે દિમાગમાં આવેલા વિચારોને તરત લખી શકાય. મન અને મગજમાં અચાનક આવેલા એવા વિચાર હંમેશા આપણા માટે લાભકારી હોય છે. એને આપણે સંભાળીને રાખવા જોઈએ કારણ કે લાભકારી વિચાર વારંવાર આપણા મન-મગજમાં નથી આવતા.

-★-

વધારે પડતા લોકોની મુશ્કેલી એ છે કે તે પોતાના દિમાગથી વિચારવાની જગ્યાએ પોતાની શંકા અને ઈચ્છાઓ દ્વારા વિચારે છે.

-★-

હંમેશા પ્રકાશને આપણી સામે જ રાખો,
પાછળ રાખશો તો તે અંધકાર જ આપશે.

કામ કરવું સરળ છે પરંતુ વિચારવું મુશ્કેલ. એટલા માટે મશીનોએ કામ કરવું જોઈએ અને વ્યક્તિઓએ વિચારવું જોઈએ.

-★-

હું અત્યાર સુધી એ નથી સમજી શક્યો કે લોકો પોતાના વિચારોની જગ્યાએ સંપત્તિ વધારવામાં આટલો સમય અને પૈસા કેમ ખર્ચ કરે છે.

-★-

પોતાના દુશ્મનોથી છુટકારો મેળવવાનો સૌથી સારો ઉપાય એ છે કે તમે તેને મિત્ર બનાવી લો.

-★-

જે લોકો પોતાના વિચારોને પ્રયોગમાં નથી લેતાં, એમના એ જ વિચાર ફક્ત તેમના સારા સપના બનીને રહી જાય છે.

-★-

કોઈ વિચાર ભલે કેટલો પણ જૂનો કેમ ના હોય અને ભલે કેટલી પણ વખત રજૂ કેમ ના કરી ચૂક્યા હોવ. અંતે તો એને એનો જ માનવામાં આવે છે, જે તેને નવા અને ખૂબસૂરત રીતે રજૂ કરે છે.

-★-

જો તમે કોઈ વિચારોની અવગણના કરો છો તો તમે તેની પણ અવગણના કરો છો.

-★-

મને નથી ખબર કે લોકો હંમેશા એ કેમ વિચારે છે કે તેમની પાસે શું નથી. જ્યારે તેમણે એ વિચારવું જોઈએ કે

તેમની પાસે શું-શું છે અને તેઓ શું-શું કરી શકે છે.

-★-

સારા વિચારોનો જો વ્યવહારમાં લાવવામાં આવે તો તે સર્વોત્તમ વિચાર બની જાય છે અને એનાથી સારા કામો શરૂ થઈ જાય છે.

-★-

જો તમારી પાસે તમારા પોતાના વિચાર છે અને તમે તમારા વિચારોનો પ્રયોગ નથી કરતા તો તે નકામું છે.

-★-

પાપના કિચડમાં ઘેરાયેલા રહેવું એના કરતાં સારૂ એ છે કે તમે એ કિચડથી નીકળવાનું વિચારો અને પોતાની મુશ્કેલીઓનો સમજી-વિચારીને સામનો કરો.

-★-

હંમેશા પ્રકાશને પોતાની સામે રાખો પાછળ રાખશો તો તે અંધકાર જ આપશે.

-★-

જે દિવસથી આપણે શ્રેષ્ઠ અને ઉચ્ચ વિચાર રાખવાનું શરૂ કરીએ છીએ એ દિવસથી આપણે ક્યારેય એકલા નથી રહેતા.

-★-

વ્યક્તિ પોતાનું ચરિત્ર પોતાના વિચારોથી બનાવે છે કારણ કે સારા વિચારથી જ સારા ચરિત્રનું નિર્માણ થાય છે.

-★-

જો તમારી પાસે છુપાવવા યોગ્ય કાંઈક છે તો તમે ફક્ત

એને છુપાવો જે તમારી સૌથી સારી વાત છે.

-★-

જે વ્યક્તિ પોતાના કામ કરવાની શક્તિ પર વિશ્વાસ રાખે છે તે વ્યક્તિ સૌથી પહેલો ઊઠશે, સૂઝ-બૂઝની સાથે સંઘર્ષ કરશે, જીતશે અને પછી ચમકી ઉઠશે.

-★-

જો તમે તમારો સુધારો કરી લીધો છે તો યાદ રાખો કે તમે આ સમાજનો એક સુધારો કરી દીધો છે.

-★-

મોટા, સારા, સુંદર અને મહાન કામ કરવા માટે તમારી પાસે મોટા વિચારો અને દષ્ટીકોણ હોવો જરૂરી છે.

-★-

જો તમે બોલતા પહેલા બીજીવાર વિચારી લો છો, તો તમે સારૂ બોલશો એ નિશ્ચિત છે.

-★-

સંસારના બધા ગુણી, સમજદાર અને યોગ્ય લોકોની પાસે સારા, મોટા અને ખૂબસુરત વિચાર તો હોય છે પરંતુ અફસોસની વાત એ છે કે એમાંથી બહુ ઓછા લોકો પોતાના એ વિચારોને કામમાં બદલવાનો પ્રયત્ન કરે છે.

-★-

લોકોના વિચાર અને કાર્યનીતિ તે ફક્ત વાતો નથી બદલાતી. લોકોના વિચાર અને કાર્યનીતી બદલવા માટે તે ખૂબ જરૂરી છે કે આપણે કંઈ એવું કરીએ જે જોઈને લોકો પ્રભાવિત થાય કારણ કે લોકો તે જ કરે છે, જે જોઈને લોકો

પ્રભાવિત થાય.

-★-

જો તમે કોઈ સારું અથવા શુભ કામ કરવા જઈ રહ્યાં છો તો તેને સકારાત્મક વિચારોની સાથે કરો, એ ના વિચારો કે કામનું પરિણામ સારું આવશે કે ખરાબ. જો તમે એવું વિચારશો તો તમારામાં કોઈ નકારાત્મક વિચાર કે નિરાશા ઉત્પન્ન થઈ શકે છે, જે કારણથી કામ માટે જે તમારો જોશ અને ઉત્સાહ હશે તે અવશ્ય ઓછો થઈ જશે.

-★-

પોતાના મનમાં ભૂલથી બીજાના માટે ઈર્ષા, ઘૃણા, દ્વેષ અને ક્રોધ વગેરે ન રાખો.

-★-

નકારાત્મક વિચારધારા અને વિચારોથી દૂર રહો જેથી તમારા મનમાં ભય, ડર, શંકા જેવા વિકારો પેદા ન થઈ શકે.

-★-

સકારાત્મક વિચારધારા અને વિચાર અને રાખીને તમે જોઈ શકો છો પ્રગતિશીલ અને સારા પ્રસંગ તેનાથી તમારી અંદર પેદા થાય છે. તમારી સૂઝ બૂઝનો સાચી રીતે ઉપયોગ કરવાથી તમે મનગમતી સફળતા મેળવી શકો છો.

-★-

આપણું મગજ એક બગીચા જેવું છે, તેમાં આપણે જેવું વિચાર રૂપી બીજ વાવીશું તેવું ફળ પ્રાપ્ત થશે. માટે તેનો

સદ્ઉપયોગ કરતાં શીખો અને હંમેશા સકારાત્મક, આશાવાદી અને સ્વસ્થ વિચાર જ વાવો.

-★-

જે વ્યક્તિએ પોતાના મન પર એકાગ્રતા મેળવી લીધી હોય સમજો કે તેને પોતાનું જીવન સંતુલિત કરી લીધું છે એવી વ્યક્તિ હંમેશા સકારાત્મક વિચારધારા અને દષ્ટીકોણ રાખશે.

-★-

અનહોની તેની સાથે થાય છે, જે
તેમાં વિશ્વાસ રાખે છે.

હોની - અનહોની

ઘટના તેને જ કહે છે, જેની બાબતમાં આપણે માનીએ છીએ કે આવું તો થવાનું જ હતું.

-★-

કોઈ એવી ઘટના જે અચાનક આપણું ખરાબ કરે છે તેને અનહોની કહે છે.

-★-

અનહોની તેની સાથે થાય છે, જે તેનામાં વિશ્વાસ કરે છે.

-★-

કહેવાય છે કે હોનીને કોઈ ટાળી નથી શકતું પરંતુ માણસ જો સતર્ક રહે તો એટલું નક્કી છે કે તેનાથી તે બચી શકે છે.

-★-

હોની અનહોની ગમે ત્યારે થઈ શકે છે, એટલે હર ક્ષણ આપણે સતર્ક રહેવું જોઈએ.

-★-

હોની-અનહોની એવા શબ્દ છે કે જેનાથી હંમેશા બધા લોકો ડરે છે,પરંતુ આપણે હંમેશા યાદ રાખવું કે ડરવાથી આ ડરાવવાવાળા શબ્દો આપણા ઉપર હાવી થઈ જાય છે.

-★-

હાર - જીત

આપણે હાર ક્યારેય ન માનવી જોઈએ અને હંમેશા જીત માટે કાર્યરત રહેવું જોઈએ.

-★-

પહેલી હાર જીતની તરફ વધતું પહેલું પગલું છે.

-★-

મહત્વાકાંક્ષી અને દૂરદર્શી વ્યક્તિ જ જીવનના બધા ક્ષેત્રોમાં જીત પ્રાપ્ત કરે છે.

-★-

આપણી હાર ત્યારે જ થાય છે જ્યારે તમે નિરાશ થઈને હારને સ્વીકારી લો છો.

-★-

બદલો લેવાની ભાવનાવાળા પોતાના ઘાને હંમેશા લીલો રાખે છે, જે અત્યાર સુધી તો કયારનોય સારો થઈ ગયો હોત.

-★-

જ્ઞાન-અજ્ઞાન

જો તમને તમારી અજ્ઞાનતાનો અનુભવ થઈ ગયો, તો એ જ તમારા જ્ઞાનની પહેલી સીડી છે.

-★-

જ્ઞાન એક એવી વસ્તુ છે, જે ક્યારેય પણ તમને દગો નથી આપી શકતું, ઉપરથી તેનાથી તમને હંમેશા સફળતા જ મળશે.

-★-

તમે જે કાંઈ પણ કરો છો, તેને જો તમે સરળ અને સાદી ભાષામાં નથી કહી શકતા. તો તે તમારા જ્ઞાનની ઊણપ દર્શાવે છે.

-★-

આ એવી દુનિયાની જગ્યા છે જ્યાં કરવા માટે બહુ બધું છે અને જાણવા માટે બહુ ઓછું. એટલા માટે સારૂ એ જ છે કે પહેલા તમે દુનિયાને જાણો.

-★-

તમે અત્યાર સુધી જે પણ જ્ઞાન મેળવ્યું છે અને જો તમે તમારા એ જ્ઞાનમાં હંમેશાં વૃધ્ધિ નથી કરતા, તો યાદ રાખો કે તમે તરત જ મેળવેલું જ્ઞાન પણ ગુમાવી બેસશો.

-★-

આપણે જે નથી જાણતા એના વિષયમાં પોતાની અજ્ઞાનતા બતાવતા આપણે જરાપણ શરમ ના અનુભવવી જોઈએ, ઉપરથી એ વિષયનું જ્ઞાન મેળવવાનો પ્રયત્ન કરવો જોઈએ.

-★-

બધાને સારી સલાહ અને શીખ નથી આપી શકાતી પરંતુ લઈ શકાય છે.

-★-

સંસારનું જ્ઞાન જન્મજાત નથી હોતું, જ્ઞાન મેળવવું એ જન્મ લીધા પછીની પ્રક્રિયા છે.

-★-

મહત્વની વાત એ નથી કે તમે શું કરવાના સપના જુઓ છો મહત્વની વાત એ છે કે તમને તેના વિષયમાં બધી જાણકારી છે કે નહીં.

-★-

બધા મનુષ્યોના જ્ઞાનને કેટલાક શબ્દોમાં પ્રસ્તુત કરી શકાય છે. આત્મવિશ્વાસની સાથે આશા રાખો, સૂઝ-બૂઝની સાથે મહેનત કરો અને ધીરજ રાખીને પ્રતિક્ષા કરો.

-★-